நறுவீ

NARUVI

ரா.திவ்யா

Made with ♥ on the Notion Press Platform
www.notionpress.com

பெற்றோர்களுக்கு இந்த நூலினை சமர்ப்பித்துக்கொள்கிறேன்.

பொருளடக்கம்

முன்னுரை

தமிழ் இலக்கியங்கள் வாழ்வின் பல்வேறு கூறுகளை எடுத்தியம்-புகின்றன. தமிழர்களின் பண்பாடுகளை பறைசாற்றுகின்றன. சங்க இலக்கியம் முதல் தற்கால இலக்கிய படைப்புகளை 'நறுவீ' என்ற நூலில் ஆராயப்படுகின்றன. பண்டைத் தமிழரின் தொழில்கள், புழங்கு பொருட்கள், பசிக்கோட்பாடுகள், சூழலியல் தன்மை, மேலாண்மை போன்றவையும் திருக்குறளில் மனித நேயச் சிந்தனை-யும், கேரளாவில் தமிழக மக்கள் சென்று வருகின்ற மீன் குளத்தி பகவதி அம்மன் கோயில் வழிபாட்டு முறையினையும், இந்நூ-லில் படைக்கப்பட்டுள்ளது. இந்நூலாக்கம் பெறுவதற்கு உதவிய என் தோழமை நண்பருக்கு நன்றியைத் தெரிவித்துக் கொள்கிறேன்.

இப்படிக்கு

ரா.திவ்யா

நன்றி

இந்நூலாக்கம் பெறுவதற்கு பெரிதும் உதவிய நோசன் பதிப்பகத்தா-
ருக்கு நன்றிகளைத் தெரிவித்துக்கொள்கிறேன்.

1

சங்க இலக்கியத்தில் தொழில் சார் வணிகம்

சங்க காலத்தில் வாழ்ந்த மக்கள் தொழில் அடிப்படையில் தங்கள் வாழிடங்களை அமைத்துக் கொண்டு வாழ்க்கையை வாழ்ந்துள்ளனர். பல்வேறு நகரங்கள் தொழில் நகரங்களாகத் திகழ்ந்துள்ளன. தமிழர் சமுதாயம் நில அடிப்படையில்; வாழ்க்கையினை மேற்கொண்டுள்ளதை இலக்கியங்கள் பறைசாற்றுகின்றன. தமிழ கத்தை நில அடிப்படையில் பிரித்து, ஒவ்வொரு திணைக்கு ஏற்ப தொழில்களைப் பாகுபடுத்திக் கொண்டு வாழும் போக்குக் காணப்படுகிறது. நாட்டின் பொருளாதா ரம் மேம்பட வேண்டுமெனில் தொழில்கள் அவசியம். அவ்வாறு தொழில் முறை யில் தங்கள் வாழ்க்கையை நடத்தினர். உழவுத்தொழில், நெசவு, தச்சுக்கலை போன்ற பல்வேறு தொழில்களைச் செய்து தங்கள் வாழ்வாதாரங்களைப் பெருக்கி யுள்ளனர்.

தொல்காப்பியத்தில் கருப்பொருளைக் குறிப்பிடுகையில்,

"தெய்வம் உணாவே மாமரம் புட்பறை

செய்தி யாழின் பகுதியொடு தொகைஇ

அவ்வகை பிறவும் கருவென மொழிப"

(தொல்காப்பியம்.அகத்திணை.20)

இந்நூற்பாவில் செய்தி என்பது தொழில் என்ற பொருண்மையில் அமைந்துள்ளதை அறியமுடிகிறது.

உழவுத்தொழில்

மனித வாழ்க்கையில் விவசாயமே சிறப்பான இடத்தைப் பெறுகின்றது. மனிதன் தன் வாழ்க்கை நடத்த உணவு, உடை, இருப்பிடம் முக்கியம். அத்தகைய உணவைப் பெறுவதற்கு உழவு பெரும்பங்கு வகிக்கிறது. இதனை வள்ளுவர்,

"உழுதுண்டு வாழ்வாரே வாழ்வார் மற்றெல்லாம்
தொழுதுண்டு பின்செல் பவர்" (குறள்.1033)
எனக் குறிப்பிடுகிறார். உழுவுத் தொழில் புரிந்து தானும் உண்டு. பிறருக்கு ஊட்-
டுபவர்களே உரிமையுடன் வாழ்பவர். மற்றவர்கள் எல்லாம் இன்னொருவருக்-
குக் கட்டுப்பட்டுத் தொழுது வாழ்பவர் என்று குறிப்பிட்டுள்ளார். உழவுத்தொழில்
செய்பவனால் மட்டுமே பிறரது பசியினைப் போக்கமுடியும். உலகில் இருக்கின்ற
தொழில்களில் உழவு முக்கியமாகக் கருதப்படுகிறது.

சங்க கால மக்கள் இயற்கையைக் கெடாமல் வேளாண்மை செய்தமை,

"ஒரு பிடி படியும் சீறிடம்
எழு களிறு புரக்கும் நாடு கிழவோயே!" (புறம்.40)

ஒரு யானை படுக்கும் நிலப்பரப்பில் ஏழு யானைகளுக்கு உணவளிக்கும் வளம்
மிக்க நாடாகும். இவற்றில் குறைந்த நிலப்பரப்பில் அதிக விளைச்சலையும் செய்-
துள்ளனர்.

உழவர்கள் நிலத்தை உழுகின்ற பக்குவத்தைத் தெரிந்து வைத்துள்ளனர். உழவுத்
தொழில் செய்வோர் அச்சாணியாகத் திகழ்வதை,

"உழுவார் உலகத்தார்க்கு ஆணி அஃது ஆற்றாது
எழுவாரை எல்லாம் பொறுத்து" (குறள்.1032)

என்று குறிப்பிடுகிறார் வள்ளுவர். உழவுத் தொழிலைச் செய்வோரை உழவர் என்-
றும் "செஞ்சால் உழவர்" என்றும் பெரும்பாணாற்றுப்படை முக்கியப்படுத்துகிறது.
நிலத்தில் நீரினைப் பாய்ச்சி, சேறாக்கி, விதை விதைக்கும் விளைச்சலில்
மேலாண்மை மிக்கவர்களாக சங்க கால மக்கள் இருந்துள்ளமையை அறிய முடி-
கிறது.

".............................கான் உழு குறவர்
சில வித்து அகல இட்டென, பல விளைந்து" (நற்.209:2-3)

குறவர் இனமக்கள் காட்டினை உழுது விதைகளைப் பரவலாக விதைத்து விளைச்-
சலைப் பெருக்கினர். விளைச்சலை அதிகரிக்கும் முறையினைத் தெரிந்து வைத்-
திருந்தனர்.

சேற்று நிலத்தில் நாற்றுக்களை நடுகின்ற பொழுது பரவலாக ஊன்றும் செய்மு-
றையைக் கையாண்டனர்.

"நீர்உறு செறுவின் நாறுமுடி அழுத்த, நின்
நடுநெரொடு சேறி ஆயின்" (நற்.60:7-8)

"முடிநாறு அழுத்திய நெடுநீர்ச் செறுவில்" (பெரும்.212)

சேற்றிலே அழுத்தி நடுகின்ற மேலாண்மை மிக்கவராகவும் கைதேர்ந்தவர்களாகவும்
நந்தமிழர் இருந்தமையை சங்க நூல்களின் வழி அறியமுடிகிறது.

இன்றைய சூழலில் நடவு எந்திரங்களை நடுகின்ற நிலைமை தோன்றியுள்ளது.

நடவுப் பாட்டு என்ற இலக்கிய வகைமை உருவாக சங்க இலக்கியங்கள் உறு-துணை புரிந்துள்ளன . இவற்றில் பெண்களும் உழவுத்தொழிலில் நாற்று நடுகின்ற வேலை, களையெடுத்தல், பயிரைக்காத்தல், அறுவடை செய்தல் என்பனவற்றை மேற்கொண்டுள்ளனர்.

நீர் பாசனத்தை அமைப்பதிலும் நீர் நிர்வாகத்திறன் பெற்றிருந்தனர். உழவுக்கு நீர் தான் ஆதாரம். இதனை வள்ளுவர் 'நீரின்றி அமையா உலகு' என எடுத்துரைக்-கிறார். இன்றைய சூழலில் நீரினைக் கையாளும் திறன் இல்லாதவர்கள் விலை கொடு;த்து நீரினைப் பெறுகின்றனர். சங்க காலத்தில் வாழ்ந்தவர்கள் நீரினைப் பயன்படுத்தும் அறிவுத்திறனைப் பெற்றிருந்ததை,

"......................................கலிமகிழ் உழவர்

காஞ்சி அம் குறுந்தறி குத்திகத் தீஞ்சுவை

மென்கழைக் கரும்பின் நன்பல மிடைந்து

பெருஞ்செய் நெல்லின் பாசவல் பொத்தி

வருந்திக் கொண்ட வல்வாய்க் கொடுஞ்சிறை

மீதுஅழி கடுநீர் நோக்கி......................"(அகம்.346:5-10)

என்ற பாடல் குறிப்பிடுகின்றது. காஞ்சிமரத்தின் சிறிய துண்டுகளை நட்டு, இனிய சுவையுடைய மெல்லிய தண்டினையுடைய கரும்பின் சிறந்த பல கழிவுகளைக் கட்டிக் குறுக்கே வைத்து அடைத்துப் பெரிய நெற்பயிரையுடைய செய்யாகிய பசிய பள்ளங்களில் நீரைத் தேக்கி, வருத்தமுற்று இயற்றிய வலிய இடத்தினையுடைய வளைந்த அணையின், மேலே தேங்கி வழியும் கடிய நீரினைப் பார்த்து, மெல்லச் சென்று நோக்கியிருக்கும் பயன்பொருந்தியதாக இருந்தமையை அறியமுடிகிறது.

அன்றைய சூழ்நிலையில் நீரினைச் சேமிக்கும் அறிவுத் திறத்தோடு தமிழர்கள் செயல்பட்ட திறத்தை தெளிவுபடுத்துகிறது. உழவியல் சிந்தனை வெளிப்படுகிறது.

ஆயர் தொழில்

தொழில், மக்களின் வாழ்வாதாரத்திற்கும் பொருளாதார நிறைவுக்கும் வருமானம் ஈட்டக் கூடிய செயலாகும். நாட்டின் பொருளாதார வளர்ச்சிக்குத் தொழில் மிக இன்றியமையா காரணியாக அமைந்திருக்கிறது. ஒவ்வொரு நிலப்பகுதியினை சார்ந்த மக்களும் தங்கள் பகுதியில் விளைந்த பொருள்களை மற்ற நிலத்தில் கொடுத்து வாழ்க்கை வாழ்ந்தனர். இவ்வாறாகப் பண்டமாற்று முறை அமைந்தி-ருந்தது.

முல்லை நிலத்தைச் சார்ந்த பெண் தயிரைக் காந்தள் மென் விரலால் வெண்ணை-யயைத் திரட்டி வேறு பாத்திரத்தில் வைத்து விட்டு மோர்ப்பானையைச் சுமமாட்-டின் மீது வைத்து தலையில் சுமந்து சென்று அருகிலுள்ள ஊர்களில் அன்றாடம் விற்கிறாள் என்பதை,

"நள்ளிருள் விடியல் புள் எழப் போகிப்

புலிக்குரல் மத்தம் ஒலிப்ப வாங்கி"

(பெரும்பாணாற்றுப்படை 155:60)

என்ற வரிகளில் அறிய முடிகிறது. கால்நடை வளர்ப்பு மேய்ச்சலினைத் தொழி-லாகக் கொண்ட முல்லை நில மக்கள் பால், தயிர், மோர், நெய், வெண்ணெய் போன்றவற்றை வேறு நிலத்திற்கு சென்று விற்றமையை அறியமுடிகிறது.

"..........அளைமாறி யாம் வரும்

செல்வம் எம்கேள்வன் தருமோ"

"அகலாங்கண் அளைமாறி அலமந்து பெருங்கோல்

"அளைமாறிப் பெயர் தருவாய் அறிதியோ"

என்ற அடிகளால் ஆயர் மகள் பாலிலிருந்து மோர், தயிர் ஆகியவற்றை அருகி-லிருக்கும் ஊர்களுக்குச் சென்று விற்றமையை அறியமுடிகிறது.

மீன்பிடித்தல்

கடலினை நம்பி நெய்தல் நில மக்கள் வாழ்வு நடத்துகின்றனர். இங்குள்ள மக்கள் "பெருங்கடல் பரதவர்"(குறுந்.200) எனப்பட்டனர். கடலுக்குச் சென்று மீன்பிடித்த-லும், உப்பளங்களில் உப்பு விளைவித்தல் ஆகியவை நெய்தல் நில ஆடவர்களில் தொழிலாக உள்ளது. நெய்தல் திணை மக்களின் தொழிலாக மீன்பிடித் தொழில் இருந்தது. மீன்பிடிக்க அதிகாலையில் தோணியில் செல்ல வேண்டியது பரதவர்க-ளின் வேலையாகும். பரந்து செல்லக் கூடியவர்கள் என்பதாலே பரதவர் எனப்பட்-டனர்.

"வாள்வாய்ச் சுறவின் பனித்துறை நீந்தி

நாள் வேட்டு எழுந்த நயனில் பரதவர்

வைகு கடல் அம்பி.."(அகநானூறு 187:21-23)

பரதவர் நாட்காலையில் தோணியில் சென்று மீன் வேட்டையாடியமையை அறிய முடிகிறது. கடலும் கடல் சார்ந்த பகுதியில் வாழும் பரதவர்கள் பல இடங்களுக்குச் சென்று மீன் பிடிப்பர். குறுந்தொகையில் மீன்வேட்டம், திமில், வேட்டுவர் என்ற சொல்லாட்சி மீன் பிடித்தொழிலின் சிறப்பைக் காட்டுகிறது. வாணிப முறையில் மீனைப் பதப்படுத்தி வேறு இடங்களுக்குக் கொண்டு சென்று விற்றமையை அறிய முடிகிறது.

கட்டடத் தொழில்

கட்டடத் தொழில்களிலும் சங்க கால மக்கள் தங்கள் திறமையை வெளிப்படுத்தி-யுள்ளனர். பழங்காலத்தில் குகைகளிலும், பொந்துகளிலும் வாழ்ந்து கொண்டிருந்த மனிதன் தனக்கு என்று இருப்பிடத்தை அமைக்க விரும்பி பல்வேறு கலை நுட்-பத்தை வெளிப்படுத்தினான்.

"நிலன் நாவில் திரிதரூஉம் நீள் மாடக் கூடலார்"(கலி.35:17)

நீண்ட மாடங்கள் இருந்துள்ள செய்தி குறிக்கப்பட்டுள்ளது. அவ்வாறு அமைக்கப்-
பட்ட மாடங்களில் இரட்டைக்கதவுகள் பொறிக்கப்பட்டதை,

"பெருந் திரு நிலைஇய வீங்கு சோற்று அகல்மனை

பொருந்து நோன் கதவு ஒற்றிப் புலம்பி யாம் உலமர"

(கலித்தொகை 35:17)

என்ற வரிகள் உணர்த்துகின்றன. பெருஞ்செல்வம் நிலைபெற்ற, மிகுகின்ற
சோற்றை உடைய அகன்ற மனையிடத்தே வாயின் இரட்டைக் கதவு இருந்துள்ள-
மையை அறியமுடிகிறது. காற்று வருவதற்கு ஏற்ப சன்னல் பொருந்திய தமிழரின்
தொழில் நுட்பம் புலப்படுகிறது.

தச்சுத் தொழில்

தச்சுத் தொழிலின் சிறப்பினை சங்க இலக்கியங்கள் எடுத்துரைக்கின்றன. பெரும்-
பாலும் அரசனின் அரண்மனையில் கட்டிலைச் செய்திருக்கின்றனர். மேலும்
அதற்கென மரங்களைத் தேர்வு செய்யும் திறம் வாய்ந்தவர்களாக தச்சர்கள் இருந்-
துள்ளனர்.

"பொற்காசு புதல்வர் புரவியின் றுருட்டும்

முக்காற் சிறுதேர் முன்வழி விலக்கும்"(பட்டினப்பாலை 24-25)

இவற்றில் தச்சர்கள் செய்த தேரினையும், சிறுவர்களின் முக்கால் வண்டியைப் பற்-
றியும் அறிய முடிகிறது. இவற்றில் தச்சர்கள் திறமையுடன் விளங்கியமையை அறி-
யமுடிகிறது.

நால்வகைப்படைகளுள் ஒன்றாக தேர்ப்படை இருந்துள்ளமையால் தேர் செய்வது
அன்றைய தச்சர்களின் தலையாய கடமையாக இருந்துள்ளது. அதியமானின்
படைவலிமையைக் கூற வந்த ஔவையார்,

"...வைகல் எண்தேர் செய்யும் தச்சன்

திங்கள் வலித்த கால்அன் னோனே"(புறம்.8)

இப்பாடலில் அதியமானின் சிறப்பைக் கூற வந்த ஔவையார் தச்சுத் தொழிலின்
சிறப்பைக் குறிப்பிடுகிறார். தேர்க்கால் போன்ற வலிமையுடையவன் என எடுத்து-
ரைக்கிறார்.

"தச்சர் சிறாஅர் நச்சுப் புனைந்த

உளரா நற்றேர் உருட்டிய புதல்வர்"

(பெரும்.248-249)

தச்சனின் புதல்வர்களும் முக்கால் சிறுதேர், சிறுமா வையம் போன்ற வண்டிகளைச்
செய்யும் திறன் பெற்றிருந்தனர். ஒரு நாட்டில் தேர் செய்யும் ஆற்றல் மிக்கவர்க-
ளாக உள்ளவர்களைக் கொண்டு தான் போர் காலங்களில் ஏற்படும் பிரச்சனை-
களை சமாளிக்க முடியும். தச்சர்களின் சேவை நாட்டிற்குத் தேவையாக இருந்தது.

ஆடைகள்

சங் கால மக்கள் நார் உடையையும், தழையுடையையும் அணிந்திருந்த செய்தி குறிஞ்சித் திணைப் பாடல்களில் காணப்படுகின்றன. மரல் என்னும் ஒருவகைக் கற்றாழையிலிந்து நாருரித்துப் பின்னிய உடையினைக் குறவர்களும் அசோக மரத்-தின் தளிர்களாலான தழையுடையைக் குறிஞ்சி நிலக் கொடிச்சியரும் அணிந்துள்-ளனர்.

"மரனா ருடக்கை மலையுறை குறவர்"(நற்.64.4)

"திருந்திழை அல்குற்குப் பெருந்தழை உதவிச்

செயலை முழுமுதல் ஒழிய அயல"

(குறுந்.214:4-5)

இப்பாடலில் தலைவன் பெரிய தழையாலாகிய ஆடையைத் தலைவன் அளித்-ததை அறியமுடிகிறது. ஆடைகளைப் பராமரிக்கும் தொழிலில் பெண்கள் ஈடுபட்-டுள்ளனர். ஆடை வெளுக்கும் தொழிலில் ஈடுபட்டோர் 'காழிகா' (அகநானூறு 89) எனப்பட்டனர்.

பெண்கள் உவர்மண் கொண்டு உடை வெளுத்தனர். இத்தொழில் மகளிர் புலத்தியர் எனப்பட்டனர்.(புறம்.311) அவ்வாறு வெளுக்கப்பட்ட உடை கஞ்சி தோய்த்து மெருகூட்டப்பட்டது.(அகம்.34)

நெசவுப் பெண்டிர்

சங்க இலக்கியத்தில் நெசவுத்தொழில் செய்பவராகப் பெண்கள் காணப்படுகின்றனர். கணவனை இழந்த கைம்பெண் தன் பிழைப்பிற்காக நூல் நூற்ற செய்தி குறிஞ்சித்-திணைப் பாடலில் காணப்படுகிறது.

பழந்தமிழர் நில அடிப்படையில் பல்வேறு இனமாக வாழ்ந்துள்ளனர். தொழில்களி-லும் சிறந்த திறமை மிக்கவர்களாக இருந்தமை புலப்படுகிறது. தமிழர்கள் உழவு, தச்சு, நெசவு,மீன்பிடித்தல்,கட்டத்தொழில் ஆகிய தொழில்களில் தேர்ந்தவர்களாக இருந்துள்ளனர். சங்கச் சமூகம் வளாச்சி அடைந்ததை அறியமுடிகிறது. வினையே உயிராகக் கொண்டு வாழ்க்கை முறையினை வாழ்ந்துள்ளனர்.

துணைநூற்பட்டியல்

1. அகநான - செயபால்.இரா (உ.ஆ)

நியூ செஞ்சுரி புத்தக நிலையம்,

சென்னை.

நான்காம் பதிப்பு,அக்டோபர் 2011

2. பரிபாடல் -சுப்பிரமணியன்.பெ.(உ.ஆ)

நியூ செஞ்சுரி புத்தக நிலையம்,

சென்னை.

நான்காம் பதிப்பு,அக்டோபர் 2011

3. புறநானூறு - பாலசுப்பிரமணியம் கு.வெ.(உ.ஆ)

நியூ செஞ்சுரி புத்தக நிலையம்,
சென்னை.
நான்காம் பதிப்பு, அக்டோபர் 2011
4. பத்துப்பாட்டு -மோகன்.இரா(உ.ஆ)
நியூ செஞ்சுரி புத்தக நிலையம்,
சென்னை.
நான்காம் பதிப்பு, அக்டோபர் 2011
5. கலித்தொகை - விசுவநாதன். அ.(உ.ஆ)
நியூ செஞ்சுரி புத்தக நிலையம்,
சென்னை.
நான்காம் பதிப்பு, அக்டோபர் 2011

2

சங்க இலக்கியத்தில் புழங்கு பொருட்கள்

பண்பாட்டின் பதிவுகளாக புழங்கு பொருட்கள் இருக்கின்றன. தமிழர்கள் பல்வேறு வகையான பொருட்களைப் பயன்படுத்தியுள்ளனர். சங்க கால மக்களின் வீரம் மட்டும் சிறப்பை பறை சாற்றவில்லை. அவர்கள் பயன்படுத்திய பொருட்களும் சாற்றுகின்றன. அவற்றில் ஊசல், உரல், உலக்கை, சுளகு, கவண், வேல், பொற்-சிகரம், தூதை(பானை), பாவை(பொம்மை), ஏணி, பொற்கலம், கறவைக்கலம் ஆகிய பொருட்கள் குறிப்பிடத்தக்கவை. இவற்றில் உணவுத் தேவைக்காக புழங்கு பொருட்கள் பயன்படுத்தியுள்ளமையைக் காணமுடிகிறது. மக்கள் உண்பதற்கும், உணவுகளைச் சமைப்பதற்கும், பொருட்களைப் பாதுகாப்பதற்கும் கலன்கள் பயன்-படுகின்றன.

கலன்கள்

உணவுகளைச் சமைப்பதற்கும், அவைகளைப் பாதுகாப்பாகப் பக்குவப்படுத்தி வைப்பதற்கும், உணவுகளை உண்பதற்கும் மற்ற பறவை இனங்களுக்கு உணவு கொடுப்பதற்காகவும் பாத்திரங்களைப் பயன்படுத்தியிருக்கின்றனர். சங்க கால மக்-கள் மரம், மண், இரும்பு, பித்தளை, வெண்கலம், தங்கம், வெள்ளி, மரம் போன்-றவற்றால் செய்யப்பட்ட கலன்கள் குறிப்பிடத்தக்கதாகும்.

சங்க கால மக்கள் சமையல் செய்யக்கூடிய அறையினை அடுக்களை என்று குறிப்பிடும் மரபு காணப்படுகிறது. அடுக்கல் என்றால் சமைத்தல் ஆகும். இதனால் சமையலுக்கு பயன்படுத்தும் கலன்களை 'அடுகலம்' என்று கூறப்படுவதை

'கடும்பினடுகல நிறையாக நெடுங்கொடிப்

பூவா வஞ்சியும் தருகுவ னென்றோ' (புறம்.32:1-2)

சமைத்த உணவுகளை மூடியுள்ள கலன்களில் பாதுகாப்பாக வைத்துப் பயன்படுத்-

தும் வழக்கத்தையும் நம் முன்னோர் கடைப்பிடித்து வந்துள்ளனர்.

"அருங்கடித் தீஞ்சுவை யமுதொடு பிறவும்

விருப்புடை மரபிற் கரப்புடையடிசில்

மீன் பூத்தன்ன வான் கலம் பரப்பி" (பெரும்.475-477)

சாடி

திரவமான பொருட்களை வைப்பதற்கு சாடிகளைப் பயன்படுத்தியுள்ளனர். இச்சா-டியானது பார்ப்பதற்கு கீழ்ப்பாகம் தரையில் நன்கு அழுத்தும்படி தட்டையாகவும் கழுத்துப்பகுதி நீண்டும், நடுப்பகுதி நன்கு பருத்த அமைப்பினதாகவும், மேற்புரம் மூடியினால் மூடப்படும் வகையிலும் இருந்துள்ளது. கள்ளினைக் காய்ச்சுவதற்கும் அதனைப் பதப்படுத்தி எடுத்து வைப்பதற்கும் இச்சாடி பயன்படுத்தப்பட்டுள்ளது. இதனை,

"வல்வாய்ச் சாடியின் வழைச்சுறவிளைந்த"(பெரும்.280)

"நன்மரம் குழீஇய நனைமுதிர் சாடிப்

பன்னாள் அரிந்த கோஒயுடைப்பின்"(அகம்.166:1-2)

என்ற பாடலில் பொருள்களை பல நாட்கள் பதப்படுத்தியமையையும்,

"கலிமடைக் கள்ளின் சாடி அன்னளம்"(நற்றிணை.295:7)

அச்சாடி அழகிய கலை நயத்துடன் வடிவமைக்கப்பட்டிருந்தது என்பதையும் அறி-யழுடிகிறது.

தாலம்

உணவுப் பொருட்களை உண்பதற்கு தட்டு போன்று பயன்படுத்திய கலன் தாலம் ஆகும். தால் என்பது நாக்கினைக் குறிக்கும். நாக்கு போன்று தட்டையான விரிந்த பரப்பினைக் கொண்டதாக இருப்பதினால் தாலம் என்று வழங்கப்பட்டுள்-ளது. தாலம் என்பதற்குப் பனை என்றும் பொருள் உண்டு. எனவே, இது பனை-யோலை போன்று விரிந்த வடிவில் இருந்துள்ளமையால் பழந்தமிழர்கள் தாலத்தில் உணவு உண்ணப் பயன்படுத்தியுள்ளனர். இதனை,

"நறு நெய்க்கடலை விசைப்பச சோறட்டுப்;

பெருந்தோ டாலம் பூசன்மேவர" (புறம்.120:4-5)

என்ற பாடலடிகள் மூலம் அறியமுடிகிறது.

பிழா

பிழா என்பது உணவு உண்ணப் பயன்படும் தட்டினைக் குறிப்பதாகும். கொழியல-ரிசிக் கஞ்சியினை உண்பதற்கு அகன்ற வாயினை உடைய பிழாவினைப் பயன்ப-டுத்தி உள்ளனர். இதனை,

"அவையாவரிசி யங்களித்துழவை

மலர்வாய்ப் பிழாவிற் புலரவாற்றி"(பெரும்.275-276)

என்ற பாடலடிகளால் அறியமுடிகிறது.

வள்ளம்

தற்காலத்தில் பயன்படுத்துகின்ற கிண்ணம் போன்று உட்பகுதி குழிந்து வட்டவடி-
வில் உள்ள கலன் ஆகும். இதனை 'வட்டில்' என்று கூறுவதுண்டு. இது பால்,
மோர், கள் போன்று நீர்மப் பொருட்களை உண்ணுவதற்குப் பயன்படுத்தப்பட்டுள்-
ளது. இதனை,

"பால்பெய் வள்ளஞ் சால்கை பற்றி

எம்பாடுண்டனை யாயின்"(அகம்.219:5-6)

"கண்பொர ஒளிவிட்ட வெள்ளிய

வள்ளத்தால்

தண்கமழ் நறுந்தேறல் உண்பான் முகம்

போல"(கலி.73:3-4)

என்ற பாடலடிகள் சான்றளிக்கின்றன.

"பொன்செய் வள்ளத்துப் பால்கிழக்கிருப்ப"(நற்.297:1)

தங்கம்,வெள்ளி போன்ற உலோகத்தால் செய்யப்பட்ட கலன்களையும் பழந்தமிழர்
பயன்படுத்தியுள்ளனர் என்பதை அறியமுடிகிறது.

செம்புப் பானை

பழந்தமிழர்கள் செம்பின் பயனை நன்கு அறிந்திருந்தார்கள். அதனால் தான் கம்-
மியர்கள் செம்பினை வார்த்து பானையினைச் செய்துள்ளனர். இத்தகைய பானை-
யினைச் செம்புப் பானை என்பார்கள்.

"•••••••••••••••••••••••••• கம்மியர்

செம்பு சொரி பானை"(நற்.153:2-3)

என்ற அடிகளால் கம்மியர் இனத்தினர் பானைகளைச் செய்தமையை அறியமுடி-
கிறது.

தாழி

பண்டையத் தமிழர்கள் இறந்தவர்கள்**p**ன் உடலை பாதுகாப்பாகப் புதைப்பதற்கு
மண்ணால் செய்யப்பட்ட பெரிய தாழிகளை வனைந்துள்ளனர். இதனை முதுமக்-
கள் தாழிகள் என்பர்.

"கலஞ்செய் கோவே கலஞ்செய் கோவே

•••••••••••••••••••••••••••••••••

வியன் மலர் அகன் பொழில் ஈமத்தாழி

அகலிதாக வினைமோ....."(புறம்.256:1-6)

உரல், உலக்கை

உரல் என்பது தானியங்களைக் குற்றப் பயன்படும் கருவியாகும். அரிசி, தினை
முதலான தானியங்கள் இடிக்கப் பயன்படுத்தப்படும். பண்டைத் தமிழர் வாழ்க்-

கையில் அன்றாடப் பயன்பாட்டுப் பொருளாக உரல் இருந்திருக்கிறது. உரலில் தானியங்களைப் பொடியாக்கப் பயன்படுவது போல் உமிகளைப் பிரித்தெடுக்கப் பயன்படுகிறது. உரல் மற்றும் உலக்கை சந்தன மரக்கட்டையாலும், யானைத் தந்-தத்தாலும் வடிவமைக்கப்பட்டுள்ளது.

"முகை வளர் சாந்து உரல்" (கலி.40:4)

தற்போது உரல் கற்களால் பயன்படுவதைத் தாண்டி, சங்க கால மக்கள் சந்தன மரத்தால் செய்துள்ளமையை அறிய முடிகிறது.

"...வயக்களிற்றுக்

கோடு உலக்கையால், நல் சேம்பின் இலைசுளகா

ஆடுகழை நெல்லை அறை உரலுள் பெய்து"

(கலி.41:1-3)

மூங்கிலது நெல்லை பாறையாகிய உரலுள் பெய்து வலிமை படைத்த யானையினது கொம்பை உலக்கையாகக் கொண்டு குற்றியுள்ளமையை அறியமுடிகிறது. உலக்-கையானது, உரலில் மாவு இடிக்கவும், உமியை நீக்குதற்கும் பயன்படுகிறது.

"சந்தன மரத்தின் இயன்ற உலக்கை

ஐவன வெண்நெல் அறை உரலுள் பெய்து" (கலி.43:5)

சந்தன மரத்தினால் செய்த உலக்கை கொண்டு வெண்நெல்லினை அரிசியாக்கிப் பயன்படுத்தியுள்ளனர்.

உலக்கையைக் கொண்டு தானியங்கள் குற்றும் பொழுது பெண்கள் பாடும் பாட்டு வள்ளைப்பாட்டு எனக் குறிப்பிடப்படுகிறது. சிலப்பதிகார வாழ்த்துக் காதையில்,

"பாடல்சான் முத்தம் பவழ உலக்கையான்"(வள்ளைப்பாட்டு-6)

பவளமாகிய உலக்கையால் புகழ்மிக்க முத்தினை மதுரை நகரத்துப் பெண்கள் குற்-றுவதை அறிய முடிகிறது.

தமிழர் திருநாளான பொங்கல் திருநாளில் நடக்கும் நிகழ்வுகளை

"வலங்கு செந்நெல் கதிர் வேய்ந்த வாய்

சுரும்பின் கொடிக் கூரை சாறு கொண்ட

களம் போல வேறு வேறு பொலிவு

தோன்ற குற்றானா உலக்கையால்

கலிச்சுமை வியாலங்கண்" (புறம்)

என்ற வரிகள் குறிப்பிடுகின்றன. தானியங்கள் குவியல்களாகக் கிடக்கின்றன. பெண்கள் உலக்கையைக் கழுவி அணி செய்து வைத்திருக்கிறார்கள். அது நெல் குற்றுவதற்காக அல்லாமல் வள்ளைக் கூத்தோடு களத்தின் கூத்தோடு களத்தின் நடுவே கிடத்துவதற்காக வைத்திருக்கிறார்கள். இவ்விழாவில் வள்ளைக்கூத்து நெல் குற்றுவது போல ஆடும் கூத்து ஆடப்படுவதை புறநானூற;று வழி அறியமுடிகி-றது.

உலக்கையால் தானியம் குற்றும் பொழுது வள்ளைப்பாட்டு பாடப்பட்டதை,

"பா அடி உரல பகுவாய் வள்ளை

ஏதில் மாக்கள் நுவறலும் நுவல்ப...

மெய் இயல் குறுமகள் பாடினாள் குறினே"

என்ற குறுந்தொகைப் பாடலில் தலைவியானவள் பரந்த அடிப்பாகத்தை உடைய உரலின் வட்ட வடிமான வாயினிடத்தே உலக்கையால் தானியம் குற்றும் போது பாடப்படுகிறது. உலக்கை மரத்தால் செய்யப்பட்ட முனைகளில் பூண போடப்பட்-டுள்ளது. இவ்வாறு பயன்படுத்துவது சிறந்த பயிற்சியாகக் கருதப்படுகிறது.

சுளகு(முறம்)

சங்க காலம் தொட்டு முறத்தினைப் பயன்படுத்தி வந்துள்ளதை,

"நல் சேம்பின் இலை சுளகா" (கலி.41.2)

இப்பாட்டில் சேம்பின் இலையினை முறமாக வைத்துப் புடைத்து உள்ளதை அறிய முடிகிறது. இந்த முறம் தானியங்களில் கல், உமி, நீக்குவதற்காகப் பயன்படுத்தி உள்ளனர். இன்றும் மக்கள் பயன்பாட்டில் முறம் பயன்படுகின்றமை காணமுடிகி-றது.

கவண்

குறிஞ்சி நில மக்கள் பயிரினைப் பாதுகாக்க கவணில் கல்லை வைத்து எறிந்-துள்ளனர். மக்கள் பரண்கள் மீது அமர்ந்து கொண்டு தினையை அழிக்க வரும் யானைகள் மீது கவண்களைக் கொண்டு எறிவதை,

"கடுவிசைக் கவணையில் கல் கை விடுதலின்"

(கலி.41:1)

என்ற வரிகள் குறிப்பிடுகின்றன. ஆண் யானை, பெண் யானையுடன் பயிரைத் தின்ன வரும்போது, அதனை விரட்டக் கவணில் கல்லை வைத்து எறிந்தனர். இப்பாடலில் தங்கள் பயிருக்கு சேதம் நிகழாமல் இருக்க கவணைப் பயன்படுத்தி, நெற்களுக்கு அருகில் வருகின்ற விலங்குகளை விரட்டியுள்ளனர்.

"இரவில் மேயல் மருஉம் யானைக்

கால்வல் இயக்கம் ஒற்றி நடுநாள்

வரையிடைக் கழுதின் வன்கைக் கானவன்

கடுவிசைக் கவணின் எறிந்த சிறுகல்

உடுவுறு கவணின் போகிச் சாரல்

வேங்கை விரியிணர் சிதறி, தேன் சிதைஇயூஉ

பலவின் பலத்தில் தங்கும்" (அகநானூறு-292)

இப்பாடலில் கவணிலிருந்து எறியப்பட்ட கல் வானத்திலிருந்து விண்மீன் விழுவது போல விழுந்தமையும், வேங்கை மலரை உதிரச் செய்து, தேன் கூட்டினை சிதைத்-ததையும் அறிவிக்கிறது.

செம்பு(பொற்சிகரம்)

சங்க இலக்கிய காலத்தில் செம்பு மக்களின் வழக்கத்திலிருந்த பொருளாகக் காணப்படுகிறது.

"அடர் பொற் சிகரத்தால் வாக்கி" (கலி.51:7)

தலைவி பொன்னால் செய்த கரகத்தால் உண்ணுவதற்கான நீரை வார்த்துக் கொடுக்கிறாள்.

பொற்கலம்

இறைவனுக்குப் படைக்கக் கூடிய பொருட்களை பொன்னாலாகிய கலங்களில் வைத்துப் படைத்ததை சங்க இலக்கியங்களில் காட்டுகின்றன. அவ்வாறு பரிபாட-லில்,

"விரி நூல் அந்தணர் விழவு தொடங்கப்

புரிநூல் அந்தணர் பொலம்கலம் ஏற்ப

வெம்பதாக வியல் நில வரைப்பு என"

(பரி.11:78-80)

இங்கு அந்தணர்கள் இறைவனுக்குப் பலிப்பொருள் இட பொன்கலன்களை ஏந்தி-யமையை அறிய முடிகிறது.

கறவைக்கலம்

கலித்தொகைப் பாடலில் கறவைக்கலம் மக்கள் பயன்படுத்திய பொருட்களில் இருந்துள்ளமை பற்றி தெரிந்து கொள்ள முடிகிறது.

"நின் நெஞ்சம் களமாக் கொண்டு யாம் ஆள எமக்கு எவன் எளிதாகும்

புனத்துளான் என்னைக்குப் புகா உய்த்துக் கொடுப்பதோ

இனத்துளான் எந்தைக்குக் கலத்தொடு செல்வதோ?

திணைக் காலுள் யாய் விட்ட கன்று மோய்க்கிற்பதோ?"

(கலி.108:30-32)

இப்பாடலில் ஆனினத்துடன் இருக்கின்ற எந்தைக்குக் கறவைக் கலன்கள் எடுத்துச் செல்லுவதை அறியமுடிகிறது. பால் கறக்கும் பாத்திரம் கலம் என குறிப்பிடப்படு-கிறது.

தேக்கிலை

மக்கள் உண்பதற்காக தேக்கின் இலையினைப் பயன்படுத்தி உண்ணும் வழக்க-மானது மக்களிடத்தில் காணப்படுகிறது. தற்போது மலைவாழ் மக்கள் தேக்கிலை பயன்பாட்டுப் புழக்கமாக இருக்கிறது. இதனை,

"சேக்குவள் கொல்லோ தானே தேக்கின்

அகலிகை குவிந்த புதல்போல் குரம்பை

ஊன் புழுக் கயறு முன்றில்" (அகம்-315:15-17)

அகநானூற்றுப் பாடலில் மக்கள் தேக்கிலையைப் பயன்படுத்தியுள்ளமையை அறி-
யமுடிகிறது. இன்றும் மக்கள் நீண்ட இடங்களுக்கு செல்கின்றபோது தேக்கிலையில்
உணவினை எடுத்துச் செல்கின்றமையைக் காணமுடிகிறது.

இன்றைய சூழலில் சங்க காலப் புழங்கு பொருட்கள் மக்களின் பயன்பாட்டில்
புழங்கப்பட்டமையை அறிய முடிகிறது.

துணைநூற்பட்டியல்

1. அகநானூறு - செயபால்.இரா (உ.ஆ)
நியூ செஞ்சுரி புத்தக நிலையம்,
சென்னை.
நான்காம் பதிப்பு,அக்டோபர் 2011

2. பரிபாடல் - சுப்பிரமணியன்.பெ.(உ.ஆ)
நியூ செஞ்சுரி புத்தக நிலையம்,
சென்னை.
நான்காம் பதிப்பு,அக்டோபர் 2011

3. புறநானூறு - பாலசுப்பிரமணியம் கு.வெ.(உ.ஆ)
நியூ செஞ்சுரி புத்தக நிலையம்,
சென்னை.
நான்காம் பதிப்பு,அக்டோபர் 2011

4. பத்துப்பாட்டு - மோகன்.இரா(உ.ஆ)ள
நியூ செஞ்சுரி புத்தக நிலையம்,
சென்னை.
நான்காம் பதிப்பு,அக்டோபர் 2011

   5. கலித்தொகை - விசுவநாதன். அ.(உ.ஆ)
நியூ செஞ்சுரி புத்தக நிலையம்,
சென்னை.
நான்காம் பதிப்பு,அக்டோபர் 2011

6. நற்றிணை - பாலசுப்பிரமணி யம்.கு.வெ.(உ.ஆ)
நியூ செஞளசுரி புத்தக நிலையம்,
சென்னை.
நான்காம் பதிப்பு,அக்டோபர் 2011

3

பாரதியாரின் பன்முகத் தன்மை

உலகின் இயக்கம் உயர்ந்தோரின் வழியில் அமைவதாகும். அவ்வகையில் தான் வாழும் காலத்திலும் வாழ்ந்த பின்னரும் மக்களால் போற்றப்படுகின்ற உன்னத நிலை பெற்று உயர்ந்தோர் சிலரே. அவர்களுள் தலைமையானவராக பாரதியாரைக் குறிப்பிடலாம். வறுமை தன்னை வாட்டிய போதும், அதைப் பொருட்படுத்தாது, ஆங்கிலேயரின் ஆட்சிக் காலத்தில் நம் தாய்த்திருநாடு சுதந்திரம் அடைய வேண்டும் என்ற நோக்கோடு இறுதி மூச்சுவரை போராடிய பெருந்கையாக விளங்குகிறார். தன்னால் செய்ய முடிந்ததை துணிவோடு செய்து முடிக்கும் வல்லமை பெற்றுத் திகழ்ந்தார். கவிதை என்ற ஒற்றை வார்த்தையில் மட்டும் பாரதியாரை அடக்கிவிட முடியாது. அதனோடு சேர்த்து விடுதலை உணர்வு, ஆளுமை, பன்மொழிப்புலமை, ஏற்றத்தாழ்வு கருதாத மனப்பாங்கு, இசைப்புலமை எனப் பன்முகத் தன்மை கொண்டவராகச் சிறப்புற்றார். பாரதியாரின் பன்முகத் தன்மையை அவரது கவிதைகளின் ஆராய்வது பொருத்தப்பாடு உடையது என்ற நோக்கி;ல் இவ்வாய்வுக் கட்டுரை அமைகின்றது.

ஆளுமை கொண்ட பாரதி

பாரதியார் பலதுறைகளில் கால்தடம் பதித்தவர். தேசியக்கவியாக அடையாளம் காணப்பட்டவர். ஆனால் அவரது வாழ்வு முப்பத்தொன்பதாண்டுகளே நீடித்தது. இந்தியா முழுவதும் சுதந்திரப் போராட்டம் நீடித்திருந்த வேளையில் கவிதைகளால் சுதந்தி ரகீதங்களைப் பாடினார். வறுமையிலே வாடிய வாழ்வு தான் பாரதியின் வாழ்க்கை. சிறுவயதிலேயே அவருக்கு அற்புதமான கவிதைகளை எழுதும் ஆற்றல் வந்துவிட்டதாக அவருடைய சிறுவயதுத் தோழரான சோமசுந்தரபாரதி கூறியிருக்கிறார். பாரதியின் சூழல் நடைமுறை நிலையில் இருந்து மாறுபட்டுள்ளது.

1904 முதல் 1921 செப்டம்பர் 11 வரை வாழ்ந்த பாரதியின் வாழ்நாட்கள் தான் வரலாற்று முக்கியத்துவம் வாய்ந்தவையாகும். 1904 முதல் 1908 வரை சென்னையில் பத்திரிக்கை ஆசிரியராக ,மேடைப் பேச்சாளராக மாநாட்டுப் பிரதிநிதியாக ,சங்க அமைப்பாளராக தீவிர இயக்கத்தாரோடு தொடர்பு கொண்டவராக வளர்ந்தார்.

"நமக்குத் தொழில் கவிதை

நாட்டுக்குழைத்தல்

இமைப்பொழுதும் சோராதிருத்தல்"

என்று தனக்குத் தொழில் நாட்டுப்பணி என ஆணித்தரமாகக் கூறி , கவிதை தான் தனக்குத் தொழில் என எடுத்துரைக்கிறார். விசாலமான பார்வை கொண்டவராக விளங்கினார். கவித்திறத்தால் உலகையே சிந்தனை மேம்படச் செய்தார். புதுமை விரும்பினார். வினைதிட்பமுடன் விளங்கினார். பாரதம் என்பதற்கு இலக்கணம் வகுக்கும் பாரதியார் 'பாருக்குள்ளே நல்லநாடு எங்கள் பாரதநாடு' என்று பண்ணிசைத்தார். எட்டையபுரத்தில் பாரதி வாழ்ந்திருந்த காலத்தில் பாரதம் தன் பெருமையினை இழந்து தாழ்வுற்றிருந்தது. தாழ்வுற்ற பாரதம் தலைநிமிர்ந்திட

"இதந்தருமனையின் நீங்கி இடர்மிகுசிறைபட்டாலும்

பதந்திரு இரண்டும் மாறிப் பழிமிகுந்திழிவுற் றாலும்

●●..

சுதந்திரதேவி நின்னைத் தொழுதிடல் மறக்கிலேனே" என்று விடுதலை வேட்கையை மக்களிடையே உருவாக்கினார்

விடுதலையுணர்வு

தன் ஞானத்தந்தை விவேகானந்தர் கடைசிக் காலத்தில் தேசபக்தி இயக்கத்திலிந்து விலகியபோது பாரதி அவரை விமர்சிக்கத் தயங்கவில்லை. மக்கள் இயக்கத்தை விட்டு அரவிந்தர் விலகி ஒதுங்கிய போது அவரையும் விமர்சித்திருக்கிறார் என்று அறியமுடிகிறது.

பாரதியின் தம் கவிதைகளில் விடுதலை உணர்வு ,பெண் விடுதலை, சாதி மறுப்பு குறித்து எழுதினார். 1949-ல் பாரதியாரின் நூல்கள் முதன் முதலாக நாட்டுமையாக்கப்பட்டன. 1989-ம் ஆண்டு தொழிலில் ஏற்பட்ட நட்டத்தினால் வறுமை நிலையினை அடைந்தார்.

"யாமறிந்தமொழிகளிலேதமிழ்மொழிபோல்

இனிதாவதெங்கும் காணோம்."

எனப் பாடிய பாரதி, சமஸ்கிருதம் ,வங்காளம், இந்தி ,பிரான்சியம், ஆங்கிலம் எனப் பல மொழிகளில ;தனிப்புலமை பெற்றிருந்தாலு; தமிழ்மொழியே இனிமையானதென்பதை துணிந்து எடுத்துரைத்தார்.

"முப்பதுகோடிமுகமுடையாள் உயிர்

மொய்ம்புறவொன்றுடையாள்- இவள்

செப்புமொழிபதினெட்டுடையாள்,எனில்

சிந்தனைஒன்றுடையாள்"

என்று இந்தியத்தாயின் நிலையை வீறுடன் பாடினார். பாரதியின் கவிதைகளில் கவித்துவம் உண்டு. உணர்ச்சிஉண்டு. பாரதி உரைநடையில் கதைகள்,கட்டுரைகள் நிறைய எழுதியுள்ளார். பாரதியன் உரைநடை இலக்கியங்களில் தெளிவான சிந்-தனை,கொள்கை,கோட்பாடுகள் இடம் பெற்றுள்ளன.

சொந்தநாட்டில் பிறர்க் கடிமைசெய்தே

துஞ்சிடோம்! இனி! அஞ்சிடோம்!

என்றெமதுஅன்னை கை விலங்குகள் போகும்"

என்றெல்லாம் தேச உணர்வு மிக்கவராக நாடு போற்றும் தேசியக்கவியாகத் திகழ்ந்தார் என்பதை அவரதுபாடல்கள் பறைசாற்றுகின்றன ."விடுதலை என்கிற-போது"பூர்ணசுதந்தரம்"என்று அரசியல் பொருள் கொள்வதோடு நிறுத்திக் கொள்-வதும் பாரதி விடயத்தில் சரிப்படாது. விடுதi லளனும் போதுஅவன் ஞானயோ-கத்தறல் சொல்கிற'முக்தி'யையும் குறிக்கிறான். நாட்டின் அரசியல் விடுதலை, ஆத்மாவின் விடுதலை இரண்டையும் ஒற்றுமையாகப் பாவித்து நடந்தவன் பாரதி. பிரித்துப் பார்க்கவோப pரித்துக் காட்டவோஅவன் செய்ததே இல்லை"என்றுபுது-நெறிகாட்டியபுலவன் என்ற நூலில் பாரதியின் விடுதலைசார்ந்தஉணர்வின் வெளிப்-பாடுநிலைபிரதிபலிக்கிறது.

மொழிப்பற்றும், தேசப்பற்றும் மிக்கவராய்த் திகழ்ந்தார். தாய்நாட்டின் மீது கொண்டிருந்தபற்று போற்றக்கூடியதாகும். அதனாலே "பெற்றதாயும் பிறந்த பொன்-னாடும் நற்றவவானினும் நனிசிறந்தன" என்று உணர்வை வெளிப்படுத்துகிறார். சமூகப்பற்று, தேசப்பற்று ஆகியவை அவரின் உயிராக இருந்தவை. பாரதி ஒன்-றிணைந்த இந்தியாவை உருவாக்க முயன்றிருக்கிறார்.

அரசின் மீது மக்கள் கொண்டுள்ள பயத்தைப் பற்றி,

"அஞ்சியஞ்சிச் சாவார்- இவர்

அஞ்சாத பொருளில்லை அவனியிலே"

என்றுஅச்சத்தின் வெளிப்பாட்டினை கண்டிப்பதையும்,

"தந்த பொருளைக் கொண்டே- ஜனம்

தாங்குவார் உலகத்தில் அரசரெல்லாம்

அந்தஅரசியலை - இவர்

அஞ்சுதருபேயென்றெண்ணிநெஞ்;சம் அயர்வார்"

என்றுஅரசுபால் மக்கள் காட்டும் பயத்தை முதலில் சுட்டுகிறார். மக்களின் வரிப்பணத்தில் இயங்கும் அரசினைக் கண்டுமக்கள் பயங்கொள்வது தவறாகும் என்கிறார்.

அச்சத்திற்குப் பிறப்பிடம் எதுவென்றுக hரணத்தைஅறியவிரும்புகிறார். அதற்கான மூலகாரணத்தைஎடுத்துக்காட்டுகிறார்.

"கொஞ்சமோபிரிவினைகள் - ஒரு
கோடியென்றால் அதுபெரிதாமோ?"

என்றுநாட்டில் பிரிவினைவாதம் ஏற்பட்டுள்ளது. மக்கள் தொகை கோடியென்-றால் அவர்களுக்குஏற்பட்டுள்ள பிளவுகள் அதைவிடபெரிதாகஉள்ளது என்கிறார். மக்களுக்குள் கொள்கைவேறுபாடு காணப்படுகிறது. தத்துவப் பார்வையில் ஏற்பட்-டபிழையினைச் சாடுகிறார்.

"கஞ்சிகுடிப்பதற் கிலார் - அதன்
காரணங்கள் இவையென்னும் அறிவுமிலார்"

பிரிவினைகள் வளர்த்தது மட்டுமின்றி,தீது, சூதுவாதுகளின் காரணங்களைக் காணும் அறிவும் இல்லாமல் போய்விட்டது. நாட்டில் ஒற்றுமைவெளிப்படுமோஅ-தையொட்டியேஅறிவும் ஆற்றலும் வெளிப்பட்டு நிற்கிறது.

பராசக்தியிடம் முறையிட்டு என் நம்பிக்கை பொய்யானால் நாத்திகனாக மாறி-விடுவேன் என்பதை, "வீட்டுக்காரச் செட்டியாருக்கு எத்தனை நாள் பொய் வாய்தா, பொய் வாய்தா தினம் கொடுமைதானா? சிச்சீ பராசக்தி உன்னை நான் நம்புவதை முற்றிலும் விட்டு நிச்சயமாய் நாத்திகனாய் விடுவேன்" என்று குறிப்-பிடுவதை(புது நெறி காட்டிய புலவன்-ப.18) காண முடிகிறது. பாரதியின் பாடல்-களில் விடுதலையுணர்வு மிகுதியாகக் காணப்படுகிறது. ஆதலால் தான் விடுத-லைக்கவி என்றழைக்கப்படுகின்றார். பாரத நாட்டை தெய்வமாகவும், தெய்வத்திற்கு சமமாகவும் பாடியுள்ளார். மக்கள் சாதி பேதமின்றி விடுதலை பெற்று மகிழ வேண்-டும் என்றெண்ணி,

"ஆயிரம் உண்டிங்கு ஜாதி எனில்
அன்னியர் வந்து புகல் என்ன நீதி — ஓர்
தாயின் வயிற்றில் பிறந்தோர்- தம்முள்
சண்டை செய்தாலும் சகோதரர் அன்றோ"

தேச விடுதலையைப் போராகப் பாடினார். இதை "அவ நம்பிக்கைகளை என்-னிடம் கொண்டு வந்து கொட்டாதீர்கள் வேண்டிய அளவுக்கு என்னிடம் உள்ளன. ஏதாவது நம்பிக்கை இருந்தால் கொடுங்கள் எனக்கு ஒளி வேண்டும்" உலகத்-தாரை வேண்டிக் கொண்டால் ஜெர்மாகிள மகாகவி கத்தே குறிப்பிடுவதை (புது நெறி காட்டிய பாரதி- ஆர். கே.கண்ணன் பக்.3) அறிய முடிகிறது.

பைந்தமிழ் தேர்ப்பாகன் அவனொரு
செந்தமிழ்த் தேனீ, சிந்துக்குத் தந்தை!
குவிக்கும் கவிதைக்குயில்! இந்நாட்டினைக்
கவிக்கும் பகையைக் கவிக்கும் கவிமுரசு!

நீடுதுயில் நீக்கப்பாடி வந்த நிலா!

காடு கமழும் கற்பூரச் சொற்கோ!

கற்பனை ஊற்றாம் கதையின் புதையல்!

திறம்பட வந்த மறவன், புதிய

அறம் பாட வந்த அறிஞன்,

நாட்டிற் படரும் சாதிபடைக்கு மருந்து!

மண்டும் மதங்கள் அண்டா நெருப்பவன்!

என்று பாரதிதாசன் அவரின் பன்முக திறமையை எடுத்துரைக்கிறார். சமுதா-யத்தில் மதபிரிவினை வாதங்களை எதிர்த்தார். இறை நம்பிக்கையாளரான பாரதி-யார் கல்வி அறிவுதான் ஒருவனை மேம்படச் செய்யும் எனக் கூறினார்.

பெண்ணுரிமை

பெண்கள் கல்வி அறிவைப் பெற்றவராக விளங்கவேண்டும். அன்றைய சூழ-லில் பெண்கள் கல்விநிலையில் முன்னேறினால் ஒழுக்கத்தில் தவறிவிடுவார்கள் என்றநிலை இருந்தது. இதுமாதிரியான காலத்தில் பெண் விடுதலைக்கு எதிரான கருத்துக்களை எதிர்கொண்டார்.பெண்கல்விக்கு பாரதி முக்கியமைல்கல்லாகவிளங்-கினார்.

"ஏட்டையும் பெண்கள் தொடுவதுதீமையென

றெண்ணியிருந்தவர் மாய்ந்துவிட்டார்

வீட்டுக்குள்ளேபெண்ணைப் பூட்டிவைப் போமென்ற

விந்தைமனிதர் தலைகவிழ்ந்தார்"

"பட்டங்கள் ஆள்வதுஞ் சட்டங்கள் செய்வதும்

பாரினிற் பெண்கள் நடத்தவந்தோம்

எட்டுமறிவினில் ஆணுக்கிங்கேபெண்

இளைப்பில்லைகாணென்றுகும்மியடி"

இப்பாடல் பெண் விடுதலைபற்றியதாகும். பெண் கல்வி பெறுவதைத் தீமை என்றுகருதியவர்கள் அழிந்துவிட்டதாகக் குறிப்பிடுகிறார்.வீட்டுக்குள் பெண்கள் இருக்கவேண்டும் என்றிருந்த நிலைமாறவேண்டும் என்ற சூழ்நிலை கடந்துவிட்-டமையைக் குறிப்பிடுகிறார். பெண் கல்வி மடமையைப் போக்கும் கருவி எனக் கருதி பெண் சுதந்திரதாகத்தை எழுத்துக்கள் மூலமாகப் பதித்தார். "மாதர் தம்மை இழிவுசெய்யும் மடமையைக் கொளுத்துவோம்"என்று பெண்ணுரிமைக்காகக் குரல் கொடுத்தார். பெண் யாருக்கும் அடிமை இல்லை. சமூகத்தில் தலைநிமிர்ந்து இருக்கவேண்டியவள்.

"நிமிர்ந்தநன்னடைநேர்கொண்டபார்வையும்

நிலத்தில் யார்க்கும் அஞ்சாதநெறிகளும்;

திமிர்ந்தஞானச் செருக்கும் இருப்பதால்

செம்மைமாதர் திறம்புவதில்லையாம்"

என்று பாட்டோடு நின்றுவில்லை என்பதை நிவேதிதையை தன் குருவாகக் கொண்டிருந்ததிலிருந்து அறியலாம். இதனை பெ.சு.மணி "இராமகிருஷ்ண இயக்கச் சான்றோர்களில் பாரதியாரை முதலாவதாகவும், முழுமையாகவும் ஆட்கொண்டவர் சகோதா நிவேதிதை என்கிறார். பாரதியாரின் பொதுவாழ்க்கைப் பிரவேசத்தில் திசை காட்டியாகவும் பாரதியின் அரசியல் சமூக, ஆன்மீகப் பணிகளுக்கு திட்டவட்டமானவடிவமைப்பையும் அளித்தவர் சகோதரி நிவேதிதை" என்று கதைக்கலைஞர் பாரதியார் - என்ற நூலில் முனைவர் சிவ.மாதவன் குறிப்பிட்டுள்ளமையை அறியமுடிகிறது.

கண்ணன் பாட்டு , குயில் பாட்டு

புதுச்சேரியில் 1912-ம் ஆண்டுக்குப் பிற்பட்ட ஒரு குறுகிய காலத்தில் கண்ணன்பாட்டு, பாஞ்சாலி சபதம், குயில் பாட்டு நூல்களை எழுதினார். பத்தரிக்கைகளில் அரசாங்கம் நெருக்கடி கொடுத்த சமயத்தில் வ.வே.சு அய்யரின் சந்திப்பும் வங்கத்திலிருந்து வச்த அரவிந்தரின் சந்திப்பும் கிடைத்த நேரத்தில் இயற்றினார். இம்முப்பெரும் பாடல்களும் தனிச்சிறப்பு வாய்ந்தவையாகக் கருதப்பட்டன.

தேச பக்தியின் கருவூலம், பாஞ்சாலி சபதம், பாரத நாடு அடிமைப்பட்டு கிடந்த நிலையை பின்புலமாக வைத்து பாஞ்சாலியை பாரதத் தாயாக வைத்து மகாபாரதத்தின் திருப்பு முனையாக அமைந்த கட்டத்தை காவியத்தின் கருவாகப் பயன்படுத்தியிருக்கிறார்.

தெய்வபக்தியின் கருவாக கண்ணன் பாட்டினை வேதாந்த பார்வையில் நடைமுறைக் கோட்பாடுடன் பாடியுள்ளார். கண்ணன் என் தோழன், என் தாய், தந்தை, சேவகன், அரசன், சீடன், சற்குரு, விளையாட்டுப் பிள்ளை, ஆண்டான், என் காதலி, என் குழந்தை, என் குலதெய்வம் என மொத்தம் 23 பாடல்கள் பொதுவாக சைவ, வைணவ மரபுகளின் அனைத்து அடியார்களும் தெய்வத்தை நாயகன் என்றும் தங்களை நாயகி என்றும் கருதியே பாடிய நிலையில், பாரதியாரோ கண்ணன் என்று ஆண்மைத் தன்மையுடனும், கண்ணம்மா என்று பெண் தன்மையுடனும் இரண்டாகப் பாடியிருக்கிறார்.

முடிவுரை

நாடு போற்றிய நற்கவியாக திகழ்ந்த பாரதியார், தாம் வாழ்ந்த காலத்தில் செய்து முடித்த சாதனைகள் பற்பல. அவருடைய பன்முகத் தன்மையை ஒரு சிமிழுக்குள் அடக்கியிருப்பதான சிறு முயற்சியே ஆய்வுக்கட்டுரையாக மலர்ந்துள்ளது. இவ்வுலகில் பல அவதாரங்கள் தோன்றினாலும் பாரதியின் வெற்றிடத்தை ஒருவராலும் அடைந்து விட முடியாது என்பது திண்ணம்.

துணைநூற்பட்டியல்

1. பாரதி - பார்த்திபராஜா

நியூ செஞ்சுரி புக் ஹவுஸ் (பி)
41-பி சிட்கோ இண்டஸ்டிரியல் எஸ்டேட்
அம்பத்தூர், சென்னை-98
2. கதைக்கலைஞர் பாரதியார் - முனைவர் சிவ.மாதவன்
பதிப்புடிசம்பர் 2004
குமாரிபதிப்பகம்
13 திருநாவுக்கரசர் வீதி,
விசுவநாதன்நகர்,
புதுச்சேரி-3

நியூ செஞ்சுரி புக் ஹவுஸ் (பி)
41-பி சிட்கோ இண்டஸ்டிரியல் எஸ்டேட்
அம்பத்தூர், சென்னை-98
2. கதைக்கலைஞர் பாரதியார் - முனைவர் சிவ.மாதவன்
பதிப்புடிசம்பர் 2004
குமாரிபதிப்பகம்
13 திருநாவுக்கரசர் வீதி,
விசுவநாதன்நகர்,
புதுச்சேரி-3

4

சங்க இலக்கியத்தில் சூழலியல்

இன்றைய காலகட்டத்தில் மனிதர்களிடம் காண்கின்ற சுற்றுச்சூழல் பற்றிய சிந்-
தனைகள் பழந்தமிழரிடத்தும் இருந்துள்ளமையையப்; பற்றி இலக்கியங்கள் எடுத்து-
ரைக்கின்றன.

சங்க இலக்கியத்தில் சூழ் என்றால் வினை, சூழ்ந்திருத்தல், படர்தல், ஆராய்தல்,
கருதுதல், ஆலோசித்தல் என்று ஒரு சொல் பல பொருளாகப் பரவலாகப் பயன்ப-
டுத்தப்பட்டுள்ளது. மனித வாழ்வு பிறரையும், பிற பொருள்களையும் சூழ்ந்த வாழ்-
வாக அமைந்துள்ளது. சூழ்தல் என்பது மனிதன் சுற்றியுள்ள பகுதிகளைக் குறிப்ப-
தாகும்.

பழந்தமிழர்கள் காடுகளை அழித்து நாடாக்கி வாழ்வது நாகரிகமாகக் கருதப்பட்-
டது. அதன் சமன் நிலையை குளம் போன்று உருவாக்கி பேணிப் பாதுகாத்துள்-
ளனர். ஐம்பூதங்களின் அவசியத்தை,

"மண் திணிந்த நிலனும்

நிலம் ஏந்திய விசும்பும்

விசும்பு தைவரு வளியும்

வளித்தலை இய தீயும்

தீ முரணிய நீரும் என்றாங்கு

ஐம்பெரும் பூதத்து இயற்கை போல்"

என்ற புறநானூற்றுப் பாடல் மானிடத்தின் தேவைக்குப் பயன்பட வேண்டும் என்-
கிறது. பழந்தமிழ் இலக்கியங்களில் சூழலியல் சார்ந்த சிந்தனை இருந்தமையை
அறியமுடிகிறது

சூழல் தூய்மை

பாரியின் பறம்பு மலையைச் சிறப்பிக்க வந்த கபிலர்,

"குறத்தி மாட்டிய வறல்கடைக் கொள்ளி

ஆரம் ஆதலின் அம்புகை அயலது

சாரல் வேங்கை பூஞ்சினைத் தவழும்"

என்று வரும் பாடலடிகளால் சந்தன மரம் எரிக்கப்பட்டமையும், அதனால் எழுந்த புகை வேங்கை மரத்தில் படிதலையும் குறிக்கின்றார். அன்றாடத் தேவைகளுக்கு அரிய வகை சந்தன மரங்கள் அழிக்கப்பட்ட நிலையினைக் குறிப்பால் உணர்கி-றோம்.

நீர்

போர் காரணமாக எதிரி நாட்டு மன்னனின் நீர் நிலைகள் பாழ்படுத்தப்படுவது போர் நடைமுறைகளில் ஒன்றாகக் கருதப்பட்டு உள்ளது.

"ஒளிறு மருப்பின் களிறு அலர

காப்புடைய கயம் படியினை"

என்றும்,

"கடிதுறை நீர்க் களிறு படிஇ"

என்றும் கூறப்படுகின்றவற்றால் எதிரிகளின் நீர்நிலைகள் யானைகள் கொண்டு மாசுபடுத்தப்பட்ட செய்தி பெறப்படுகிறது.

இலக்கியங்களில் பிற உயிர்களுக்குத் தீங்கு தராத வண்ணம் குறிப்பிடப்படுகிறது. காரணமில்லாமல் எந்த உயிர்களையும் கொல்லக்கூடாது. தாவர இனங்களையும் காக்க வேண்டும். விளையாட்டிற்காகக் கூட சிறு செடியையும், தாழ்வாகக் கருதி தீங்கிழைக்கக்கூடாது.

ஆழிப்பேரலைகளைப் பற்றி சங்கப் பாடல்களில் குறிப்பிடப்பட்டுள்ளது. தன் காம-நிலையை ஆழிப்பேரலையோடு ஒப்பிட்டு நற்றிணைப் பாடலில் தலைவி ஒருத்தி பாடியதாக அமைந்துள்ளது. ஒரு பெண் படுகின்ற துன்பம் ஆழிப்பேரலை போன்-றது. அதனை அமைதிப்படுத்துகின்ற ஆற்றல், தலைவனுக்கு மட்டுமே உள்ளது. இதனோடு கடற்கரைச் சோலைகளில் ஆழிப் பேரலைகளைத் தடுக்கின்ற மரங்-களை வளர்த்திருக்கின்றனர். இதனைத் தாழை என்று அழைத்திருக்கின்றனர். இதன் வழி 'தாழைக்குமரி' என மரங்களை அழைத்திருக்கின்றமையைக் காணமு-டிகிறது.

செவ்வியல் இலக்கியங்களில் சூழலியல் தொடர்பான சிந்தனைகள் அமைந்து காணப்படுகின்றன. சுற்றுச்சூழல் பற்றிய பார்வை பழந்தமிழரிடையே இருந்தமை கூறப்பட்டுள்ளன. தமிழர்கள் சூழல்களோடு ஒன்றி வாழ்ந்தமையையும், இயற்கை-யோடு இயற்கையாக வாழ்ந்துள்ளனர் என்பதையும் அறிய முடிகின்றது.

இயற்கை

சங்க கால மக்கள் விழிப்புணர்வு இல்லாத கால கட்டங்களில் கூட இயற்கையுடன்

பிரிக்க முடியாத முறையில் வாழ்ந்துள்ளனர்.

"……………………………நம் படைப்பைத்

தேன் மயங்கு பாலினும் இனிய அவர் நாட்டு

உவலைக் கூவற்கீழ

மான் உண்டு எஞ்சிய கலுழி நீரே" (ஐங்குறு.203)

சங்க கால மக்கள் இயற்கை வளமும், நீர் வளமும் நிறைந்த பகுதியாக இருந்தா-
லும் கலங்கிய நீரையும் பயன்படுத்தியுள்ளதை அறிய முடிகிறது.

பேரி;டர்

இலக்கியத்தில் தங்களை இயற்கை சீற்றங்களிலிருந்து பாதுகாத்துக் கொள்ளும்
முறையை இயற்கையின் மூலமே தெரிந்து வைத்துள்ளனர்.

"வான்கடற் பரப்பில் தூவற்கு எஞ்சிய

………………………………………………………

முடவுதிர் புன்னைத் தடவுநிலை மாச்சினை"

(அகம்.10)

"தாழை மணந்து ஞாழலொடு கெழீஇ

படப்பை நின்ற முடந்தாள் புன்னை"

(அகம்.180)

கடல் நிலப்பரப்புகளில் ஆழிப் பேரலைகள் போன்ற சேதங்கள் ஏற்படாமலிருக்க
புன்னை, தாழை ஞாழல் மரங்களைக் கொண்டு கடல்நீரைத் தடுத்துள்ளதை அறி-
யமுடிகிறது.

நிலம்

வெள்ளப்பெருக்கு ஏற்படும் போது, நிலச்சரிவுகளினால் மக்களுக்கு பாதிப்புகள்
நிகழாத வண்ணம் மரங்கள் இருந்தமையை,

"வளிபொரு மின்னொடு வான்இருள் பரப்பி

விளிவு இன்று கிளையோடு மேல்மலை முற்றி

தளிபொழில் சாரல் ததர் மலர் தூஅய்

ஒளிதிகழ் உத்தி உருகெழு நாகம்

அகரு, வாழை,ஞெமை,ஆரம் இணைய

தகரமும்,ஞாழலும், தாரமும்,தாங்கி

நனிகடல் முன்னியது போலும்,தீம்நீர்

வளிவரல் வையை வரவு"

(பரி.12)

என்ற வரிகள் உணர்த்துகின்றன. வைகையில் ஆறு கடல்போல் விரைந்து வந்தா-
லும் நிலச்சரிவுகள் ஏற்பட்ட செய்திகள் இல்லை. சங்க இலக்கியங்களில் ஆற்றுப்
பெருக்கு ஏற்பட்டிருந்த காலங்களிலும் உயிர்ச்சேதம் நிகழவில்லை என்பதை அறி-

யமுடிகிறது.

காற்று

நம் சூழல்களைச் சுற்றிலும் மாசுபாடு ஏற்படுகிறது. பழந்தமிழர்; காற்று மாசுபாடு ஏற்படாத வண்ணம் காக்கும் விழிப்புணர்வு பெற்றிருந்தனர்.

"கார்க் கரும்பின் கமழ் ஆலைத்

தீத்தெறுவின் கவின்வாடி

நீர்ச் செறுவின் நீள் நெய்தல்

....

கோள் தெங்கின் குலைவாழைக்

காய்க்கமுகின் கமழ் மஞ்சள்

இனமாவின் இணர்ப்பெண்ணை

முதற்சேம்பின் இளைஇஞ்சி"(பட்டினப்பாலை.9-19)

இப்பாடலில், தென்னை, வாழை, பாக்கு, பனைமரங்கள் போன்றவைகள் மருத-நிலத்தில் காணப்பட்டிருக்கும். இவை புகைகளையும், தூசுகளையும் தடுக்கின்ற-வைகளாக இருந்துள்ளமையைக் காணமுடிகிறது. காற்று மாசுபாட்டினைத் தடுக்க மரங்கள் பயன்பட்டிருக்கிறது. மரங்கள் காற்றில் கலந்து வருகின்ற மாசுக்களை இலைகளால் தடுப்பதற்கு பயன்பட்டுள்ளமையை அறியமுடிகிறது.

மரங்களையும், செடிகளையும், போற்றியுள்ளமையைக் காட்டிலும், உடன்பிறப்பாக எண்ணி வாழ்ந்துள்ளதை,

"விளையாடு ஆயமொடு வெண்மணல் அழுத்தி

மறந்தனம் துறந்த காழ்முளை அகைய

நெய்பெய் தீம்பால் பெய்து இனிது வளர்ப்ப

நும்மினும் சிறந்தது, நுங்வை ஆகுமென்று

அன்னை கூறினள் புன்னையது சிறப்பே"

(நற்றிணை.172)

இவற்றில் தலைவி தான் சிறுவயதாக இருக்கும் போது புன்னைச் செடி ஒன்றினை வளர்த்து வருகிறாள். அச்செடிக்கு நெய்கலந்த பாலினை நீராக ஊற்றி வளர்க்கி-றாள். அதனால் தன் தலைவனுடன் பேசி மகிழ நாணம் கொள்வதாக அமைந்-துள்ளது. இயற்கையை போற்றி வாழ்ந்துள்ளமையை அறியமுடிகிறது. எல்லா உயிர்களையும் தம் உயிர் போல எண்ணி வாழந்தமையை அறியமுடிகிறது.

சங்க இலக்கியத்தில் மக்கள் இயற்கையோடு இயற்கையாக வாழ்ந்துள்ளனர். மரங்-கள், நீர்,நிலம்,காற்று போன்ற இயற்கை சார்ந்த சூழல்களில் வாழ்க்கையை நடத்-தியுள்ளமை போற்றற்குரியதாகும்.

அடிக்குறிப்புகள்:

1. சங்க இலக்கியத் தொகுப்புகள் - நியூ செஞ்சுரி புக்ஹவுஸ்

41ஃபி சிட்கோ இன்டஸ்ட்ரியல் எஸ்டேட்
அம்பத்தூர், சென்னை-98
இரண்டாம் பதிப்பு-2004இரண்டாம் பதிப்பு - 2004.

துணைநூற்பட்டியல்
1. அகநானூறு - செயபால்.இரா (உ.ஆ)
நியூ செஞ்சுரி புத்தக நிலையம்,
சென்னை.
நான்காம் பதிப்பு,அக்டோபர் 2011
2. பரிபாடல் - சுப்பிரமணியன்.பெ.(உ.ஆ)
நியூ செஞ்சுரி புத்தக நிலையம்,
சென்னை.
நான்காம் பதிப்பு,அக்டோபர் 2011
3. புறநானூறு - பாலசுப்பிரமணியம் கு.வெ.(உ.ஆ)
நியூ செஞ்சுரி புத்தக நிலையம்,
சென்னை.
நான்காம் பதிப்பு,அக்டோபர் 2011
4. பத்துப்பாட்டு - மோகன்.இரா(உ.ஆ)
நியூ செஞ்சுரி புத்தக நிலையம்,
சென்னை.
நான்காம் பதிப்பு,அக்டோபர் 2011
5. கலித்தொகை - விசுவநாதன். அ.(உ.ஆ)
நியூ செஞ்சுரி புத்தக நிலையம்,
சென்னை.
நான்காம் பதிப்பு,அக்டோபர் 2011

5

இலக்கியத்தில் மரங்கள்

தமிழர் சமுதாயம் பல்வகையான நிலைகளில் வாழ்ந்துள்ளமையை இலக்கியங்களின் பதிவுகள் பறைசாற்றுகின்றன. அம்மக்கள் இயற்கையைப் போற்றினர் என்பதற்கு இலக்கியங்களில் காணலாகும் மரங்களே சான்றுகள் ஆகும். மரங்களைத் தங்கள் சகோதரியாக, உடன் பிறப்பாக நினைத்தமையை சங்க இலக்கியங்களின் வழி அறிய முடியும். நிலத்திற்கு ஏற்றவாறு நீர்நிலைகள், மரங்கள் என தட்பவெட்ப நிலையினை அறிந்து வாழ்ந்துள்ளனர். பழங்காலத்திலிருந்து மரங்களில் கிடைக்கும் பழங்கள் உணவாக மட்டுமின்றி, மரத்துண்டுகளைக் கருவிகள் செய்வதற்குப் பயன்படுத்தியுள்ளனர்.

வேங்கை மரத்தின் நிழலில் நல்ல நாள் பார்த்து, திருமணங்கள் நடைபெற்றுள்ளன. புன்னை, இலுப்பை, வேம்பு போன்றவற்றிலிருந்து எண்ணெய் எடுக்கப்பட்டு பயன்படுத்தப்பட்டுள்ளது. பலன மரங்களின் நுங்குகள் வழிப்போக்கில் செல்பவர்களுக்கு உணவாகப் பயன்படுத்தப்பட்டது.

சங்க காலத்தில் ஆலமரத்தில் தெய்வம் உறையும் என மக்கள் நம்பியிருந்தனர். மக்கள் ஆலமரத்தில் வீற்றிருக்கும் கடவுளுக்கு பொங்கலிட்டுப் படைத்து, பலிச்சோற்றினை காக்கைக்குப் படைத்துள்ளனர்.

"......................ஆ புறம் தீண்டும்

நெடு வீழ் இட்டவிழ் கடவுள் ஆலத்து"

(நற்.343:3-4)

ஆனிரையின் முதுகிலே தீண்டுகின்ற நெடிய வீழிடப்பட்ட கடவுள் உறையும் ஆலமரத்திலிருந்து, கடவுளுக்கு படைக்கப்பட்ட பலிச்சோற்றை தொக்க விரல்களையுடைய காக்கை உண்ணும் செய்தியினை அறிய முடிகிறது.

ஆலமரம் தழைத்தோங்கி நிற்பதற்கு ஏற்றதனால் அதனை "ஆல் போல் தழைத்து அருகு போல் வேரோடி" என்று வாழ்த்துகின்றனர். ஆலமரத்தின் கீழ் எந்தச்

• 27 •

செடியும் முளைக்காது. முளைத்தாலும் பூக்காது. அத்தகைய சக்தி கொண்ட மரம். தெய்வங்களுக்கு தல விருட்சங்களாக இருக்கிறது. அதனால் தான் ஆலமரத்தின் கீழ் தவம் செய்வதைக் காணமுடிகிறது.

புன்னை மரம்

புன்னை மரம் அழகிய தோற்றத்துடன் காணப்படும் மரங்களுள் ஒன்றாகும். புன்-னையை மரமாகக் காணாமல் தன்னுடன் பிறந்த சகோதரியாகப் பார்க்கின்றமை-யைக் காணமுடிகிறது.

"விளையாடு ஆயமொடு வெண்மணல் அழுத்தி
நெய்பெய் தீம்பால் பெய்து இனிது வளர்ப்ப

....

அன்னை கூறினள் புன்னையது நலனே" (நற்றிணை 172:1-6)
இப்பாடலில் தலைவியொருத்தி சிறுவயதாக இருக்கும் போது தனது தோழிகளுடன் விளையாடிக்கொண்டிருக்கிறாள். அப்போது அவள் அன்னை தந்த நெய் கலந்த பாலினை நீராகப் புன்னைச் செடிக்கு ஊற்றினாள். அவளுக்குத் தங்கை போன்றது என அன்னை கூறியதனால், தன்னுடன் பிறந்த சகோதரியாக நினைக்கிறாள். புன்னை மரத்தடியில் நின்று தலைவனுடன் பேசுவதற்கு நாணப்படுகிறாள். எனவே மரத்;தை உயர்வாக உயர்திணையோடு ஒப்பிட்டு பேசப்படுகிறது. மக்களிடத்தில் உயர்திணை, அஃறிணை என்ற பாகுபாடு இல்லாமல் பழகியமையையும், நினைத்-தமையும் அறிய முடிகிறது.
புன்னையைக் கோவில்களில் தலமர விருட்சங்களாக வைத்து வழிபட்டுள்ளனர். புன்னை மரம் சூழலியலோடு வளர்க்கப்பட்டது. புன்னை மரத்தை அழிவிலிருந்து காக்க திதியன் போரிட்டதை,
"பொன்இணர் நறுமலர்ப் புன்னைவெஃகி
திதியனொடு பொருத அன்னி போல
விளிகுவை கொல்லே நீயே கிளி"
(அகம்.126:12-13)
"தொல்நிலை முழுமுதல் துமியப் பண்ணிய
நன்னர் மெல் இணர்ப் புன்னிபோல"
(அகம்.145:12-13)
அகநானூற்றுப் பாடலில் அறியலாம்.
மரங்களை உயிராக மதித்துக் காத்துள்ளனர். இன்று கூறப்படுகிற வெப்பமயமா-தலை தடுக்கும் விழிப்புணர்வினையும், மரங்களை அழிவிலிருந்து காக்கும் சிந்-தனை பெற்றவர்களாகவும் சங்க கால மக்கள் விளங்கியுள்ளனர்.
புன்னை நெய்தல் திணைக்குரிய மரமாக இருந்துள்ளமையும், பல்வேறு நாட்டுப்

பறவைகளும், புன்னை மரங்களில் இருந்துள்ளமையை அறியமுடிகிறது. தல விருட்சங்களாக உள்ளமை அறிய முடிகிறது.

கொன்றை மரம்

கொன்றை மலர் பூவினால் பெயர் பெற்ற மரமாகும். இதனுடைய மலர்கள், மாலைகள் தொடுத்தவை போல இருக்கும். இம்மரம் முல்லை நிலத்தைச் சார்ந்து வளர்வதாகும். இதனைக் 'கடுக்கை' (அகம்.393:15) என்று குறிக்கின்றது.

"ஒழுகியகொன்றைத் தீம்குழல்முரசியர்

கோவலர்" (கலித்.106:3-4)

என்ற பாடலில் நீள வளர்ந்த கொன்றைக் காயினைக் கொண்டு உருவாக்கிய குழ-லில் இனிய இசையைக் கோவலர் இசைத்தமையை அறியமுடிகிறது.

வாழை மரம்

வாழை மரம் பயனுள்ள உணவுப்பொருளாக கருதப்படுகிறது. சங்க காலம் தொடங்கி வாழை பயன்பாட்டில் இருந்துள்ளது. பழமுதிர் சோலையின் அருவி அடித்து வருகிறது. அந்த அருவி,

"வாழை முழுமுதல் துமியத் தாழை

இளநீர் விழுக் குலை உதிரத் தாக்கி"

(திரு.307.308)

வாழையின் அடிப்பகுதி ஒடியவும், தென்னையின் குலை சாயுமாறு மோதுகின்ற-மையை அறியமுடிகிறது. அப்படிப்பட்ட வாழையினைப் பயிர் செய்துள்ளனர். சிறந்த உண்கலனாகப் வாழையைப் பயன்படுத்தி வந்துள்ளமையை அறியமுடிகி-றது. எல்லா விழாக்களிலும், சுப நிகழ்வுகளிலும் வாழையினைப் பயன்படுத்தியுள்-ளனர். வாழை இலையில் உணவுகளை உண்ணும் போது உடலுக்கு நன்மையி-னைத் தருகிறது. அதனை உணர்ந்த சங்க மக்கள்,

"வாழை ஈர்ந்தடி வல்லிதின் வகைஇப்

புகையுண்டு அமர்ந்த கண்கள் (நற்.120:5-6)

"செழுங்கோள் ;வாழையகலிலைப் பகுக்கும்"

(புறம்.168:13)

என்ற பாடலில் வாழை இலையினைக் கொண்டு உணவு பகிந்துள்ளனர் என்பதை அறிய முடிகிறது.

துணைநூற்பட்டியல்

1. அகநானூறு - செயபால்.இரா (உ.ஆ)

நியூ செஞ்சுரி புத்தக நிலையம்,

சென்னை.

நான்காம் பதிப்பு,அக்டோபர் 2011

2. பரிபாடல் - சுப்பிரமணியன்.பெ.(உ.ஆ)

நியூ செஞ்சுரி புத்தக நிலையம்,
சென்னை.
நான்காம் பதிப்பு, அக்டோபர் 2011

3. புறநானூறு - பாலசுப்பிரமணியம் கு.வெ.(உ.ஆ)
நியூ செஞ்சுரி புத்தக நிலையம்,
சென்னை.
நான்காம் பதிப்பு, அக்டோபர் 2011

4. பத்துப்பாட்டு - மோகன்.இரா(உ.ஆ)
நியூ செஞ்சுரி புத்தக நிலையம்,
சென்னை.
நான்காம் பதிப்பு, அக்டோபர் 2011

5. கலித்தொகை - விசுவநாதன். அ.(உ.ஆ)
நியூ செஞ்சுரி புத்தக நிலையம்,
சென்னை.
நான்காம் பதிப்பு, அக்டோபர் 2011

நியூ செஞ்சுரி புத்தக நிலையம்,
சென்னை.
நான்காம் பதிப்பு, அக்டோபர் 2011

3. புறநானூறு - பாலசுப்பிரமணியம் கு.வெ.(உ.ஆ)

6

மீன்குளத்தி பகவதி அம்மன் வழிபாட்டுச் சடங்குகள்

திருக்கோயில் அமைப்பில் தமிழகக்கோயில்கள் சிறந்து விளங்குகின்றன. அது-போலவே, கேரள மாநிலத்தில் அமைந்துள்ள கோயில்களும் தனித்தன்மையுடன் சிறப்புப்பெற்று விளங்குகின்றன. தமிழகக் கோயில் அமைப்புக்கும் கேரள கோயில் அமைப்புக்கும் வேறுபாடு உள்ளமை யாவரும் அறிந்த ஒன்றாகும். கேரளாவில் பத்மநாபன் கோயில், குருவாயூர் கோயில், சபரிமலை, கொடுங்கலூர் பகவதி அம்-மன் கோயில் ஆகியவை பெரும்புகழ் பெற்று விளங்குகின்றன. அவ்வகையிவ் கேரள நாட்டு கோயில்களில் பல்லசேனா பகுதியில் அமைந்துள்ள மீன்குளத்தி பகவதி அம்மன் கோயிலின் வழிபாட்டுச் சடங்கினைப் பற்றி ஆராய்வது இக்கட்-டுரையின் நோக்கமாகும்.

பல்லசேனா பெயராய்வு

ஒவ்வொரு ஊரின் பெயரும் அங்கு வாழ்ந்த மக்களுள், புகழ்பெற்ற ஒருவ-ருடைய பெயரில் அமையும். இல்லையென்றால் அங்கு நடைபெற்ற சிறப்பான நிகழ்வு ஊர்ப்பெயராக அமையும். அவ்வகையில், பல்லவர் ஆட்சியின் போது பல்-லவருடைய சேனைகள் இவ்விடத்திலே தங்கியருந்ததால் பல்லசேனா எனப் பெயர் அமைந்ததாக தகவலாளி ஜனார்த்தனன் குறிப்பிடுகிறார்.

மீன்குளத்தி பெயர்க்காரணம்

இக்கோயிலில் மீன்கள் மிகுந்து காணப்படுகின்றன. இங்குள்ள மீன்களுக்கு "மீனூட்டு" நிகழ்ச்சி நடைபெறும். "மீன்கள் குளத்தில் அதிகமாக இருப்பதால்

மீன்குளத்தி அம்மன் என்று பெயர் வந்தது" எனக் குறிப்பிடுகிறார்.

கோயில் குளம்

"குளத்தில் மீன் இருப்பது, அம்மன் மதுரையில் இருந்து வந்தாள். அம்மது-ரையை பாண்டியன் ஆண்டு கொண்டிருந்தான். அவனுடைய கொடி மீன் கொடி என்பதாலே இக்குளத்தில் மீன்கள் வளர்கிறது" என்ற (தக.நடராஜ்) கருத்தினைக் குறிப்பிடுகிறார்.

வேறுபெயர்கள்

மீன்குளத்தி அம்மன் கோயிலுக்கு 'மீம்பரக் குளங்களரா பகவதி'இ 'மீன்குளத்தி பகவதி', 'மீன்குளத்தி காவு' என்ற பல பெயர்கள் வழங்கி வருகின்றன.

தல வரலாறு

ஏறத்தாழ பல ஆண்டுகளுக்கு முன்னர், பிழைப்பைத் தேடி முதியவர் ஒருவர் கேரளாவிற்கு நடை பயணமாகி வந்து சேர்ந்தார். அவர்கள் வீரசைவ வேளாள மன்னாடியார் வகுப்பைச் சேர்ந்த மூன்று தாய் வழிக் குடும்பத்தார் ஆவார்கள். அம்முதியவர் எங்குத் தொழிலுக்காகச் செல்லுகின்ற நாட்களில் எல்லாம் தங்களது தெய்வமான மீனாட்சி அம்மனை தரிசித்து விட்டே செல்வார். பின்னைய நாளி-லெல்லாம் தனக்கு வயதானதால் அடிக்கடி போக முடிவதில்லை. ஒரு சமயம் அம்மனைத் தரிசித்து உன்னை வணங்க இனி வரமுடியாது என்று வருந்திக் கொண்டு சிறு மூட்டையும், குடையும் எடுத்தவாறு நடந்து வந்தார். சிறிது தூரமாக நடந்த பின் தண்ணீர் தாகம் ஏற்பட்டது. அங்கிருந்த குளத்தின் அருகிலே மூட்-டையையும், குடையையும் வைத்துவிட்டு, தண்ணீர் குடிக்கச் சென்றார். சிறிது

நேரம் கழித்து அம்மனை நினைத்துக் கொண்டு மூட்டையை தோளிலே போட்டு, குடையைத் தூக்க, அது நகராததை எண்ணினார். அங்கு விளையாடுகின்ற சிறு-வர்களை அழைத்துப் பார்க்கச் சொல்லி அங்கு வாழுகின்ற மக்களை அழைத்-தார். அங்கு குடியிருப்பது அம்மன் மீனாட்சியே எனக் கூறினார்கள். அங்குள்ள இடங்களுக்கெல்லாம் இச்செய்தியானது பரவியது. அம்மன் குடியிருந்த காரணத்-தால் அவ்விடமானது குடமந்து எனப் பெயர்பெற்றது. என்று தகவலாளி அம்மன் வந்த வரலாற்றினைக் கூறுகிறார். இந்நாளில் குடமந்து என்ற பெயரானது மருவி கொடுமந்து எனப் பெயர் பெற்றது. இக்கொடுமந்து எனப்; பெயர்பெற்றது. இக்-கொடுமந்து என்ற இடத்தில் தான் அம்மன் எண்ணூறு ஆண்டுகளாக எழுந்தரு-ளியுள்ளதாகக் கூறுகின்றனர்.

பகவதி அம்மன்

வழிபாடு

வழிபாடு என்பது மனதை ஒரு வழிப்படுத்தி இறைவனுக்கு வழிபாடு செய்வது ஆகும். தெய்வ வழிபாடு ஒரு தெய்வமானது குடும்பத் தெய்வமாக மாறுகின்ற போது அவை குல தெய்வமாக மாறுகின்றது. அங்குள்ள ஊர்மக்கள் அனைவரும் கூடி வழிபடும் தெய்வமானது 'பொதுத்தெய்வம்' எனப்படுகிறது. அத்தெய்வத்தை அங்குள்ள ஊர்மக்கள் வழிபடுவர். அவ்வண்ணம் ஊர்த்தெய்வமாக, அம்மன் வழி-பாடாகவே உள்ளன.

பல்லசேனாவில் உள்ள மீன்குளத்தி அம்மனை கேரள மக்கள் மட்டுமன்றி தமிழ் நாட்டு மக்களும் வழிபடுவதைக் காணலாம். அவ்வூரினைச் சுற்றியுள்ள அனைத்து மக்களும் அம்மனுக்கு விழாவினை எடுப்பார்கள். அவ்விழாவானது வேனிற்காலம் தொடங்கிய சமயமான மாசி மாதமாக இருக்கும்.

தெய்வ வழிபாடு

தலைமைத் தெய்வம்

மீன்குளத்தி பகவதி அம்மன், ஒரு குறிப்பிட்ட குடும்பத்தார் வழிபடுகின்ற குடும்ப தெய்வம் என்ற வகையிலும், அது மட்டுமல்லாமல், ஊரில் உள்ள மக்கள் அனைவரும் விழா எடுத்து விமர்சையாக வழிபடும் பொதுத் தெய்வமாகவும் உள்ளது. இந்த அம்மன், மிகுந்த சக்தியையும், ஆற்றலையும் உடைய காவல் தெய்வமாக உள்ளது.

விழாக்கள்

சித்திரை

மீன் குளத்தி அம்மன் கோயிலில் மாதம் தோறும் விழாக்கள் நடைபெறு கின்றன. சித்திரை மாதம் தொடங்கும் நாளில் அம்மன் முன்னே கனிகளையும் பணத்தையும் வைத்து வணங்குகின்றனர். சித்திரை மாதத் தொடக்கத்தில் 'கண் ணியார் களி' ஆட்டமானது வெகுவாக நடைபெறும். அம்மனுடைய அருள் எல் லாருக்கும் கிட்ட இவ்விழா கொண்டாடப் படுவதாக (தாமஸ்) தகவலாளி குறிப் பிடுகிறார்.

இம்மாதத்திலே மீன்குளத்தி அம்மனை பிரதிஷ்டை செய்து பல்லசேனாவில் வைத்த நாள் என்பதால் பிறந்த நாளாகக் கொண்டாடுகின்றனர். அப்போது பக் தர்கள் அனைவருக்கும் அன்னதானம் வழங்கும் நிகழ்வு நடைபெறுகின்றது.

வைகாசி

வைகாசி மாதத்தில் தோல் பாவைக் கூத்து மீன்குளத்தி கோயிலிலே பத்து நாட்கள் நடக்கும். இக்கூத்தில் இராமருக்கு பட்டாபிஷேகம் நடத்தப்பட்டு ஊர்வலம் நடைபெறும். மறுநாளில் இராமருடைய அம்பினை, தேவிக்கு முன்னே வைத்து வணங்குவர் என்று (நடராஜ்) தகவலாளி குறிப்பிடுகிறார்.

இம்மாதத்தில் பௌர்ணமி விழா சிறப்பாக நடைபெறும். இதில் பன்னிரண்டு ஆண்டுகளுக்கு ஒரு முறை "பள்ளிப்பான" விழா நடைபெறும். இவ்விழா நான்கு நாட்கள் நடைபெறும்.

வழிபாட்டு நேரம்

ஆடி

ஆடி மாதத்தில் அதிகாலையின் போது ஹோமம் என்கிற கணபதி ஹோமம் நடைபெறும். சாந்தாட்டம் வருடத்தில் மூன்று நாட்கள் நடைபெற்று, ஆடி மாதத்தின் முதல் செவ்வாய்க்கிழமை அன்று நடைபெறும். கார்த்திகை, பங்குனியிலும் சாந்தாட்டமானது நடைபெறும். கார்த்திகை மாதமும், பங்குனி மாதமும் முதல் செவ்வாய் அன்று நடைபெறுகிறது.

ஆவணி

விநாயகர் சதுர்த்தி தினத்தன்று அப்பம் , வடை போன்றவைகளை வைத்து கோயிலில் பூசையானது நடத்தப்படுகிறது.

புரட்டாசி

கேரளப் பகுதியானது வயல்கள் நிறைந்த பகுதி ஆகும். ஆகையால் அறு-வடையானது புரட்டாசி மாதம் நடைபெறுகின்றது. அவ்வாறு அறுவடையால் கிடைத்த நெல்லினை வைத்து அம்மனுக்குப் பூசை செய்வார்கள். அன்றைய தினத்தில் பக்தர்களுக்கு அன்னதானம் நடைபெறும்.

நவராத்திரி பூசை

நவராத்திரி பூசையன்று ஒன்பது நாட்களும் அம்மனுக்கு நிறமாலை அலங்கா-ரம் செய்வார்கள். அன்றைய தினத்தில் நைவேத்யம் செய்து வழிபடுவார்கள்.

ஐப்பசி

ஐப்பசி மாதத்தில் ஐயப்பனுக்கு பூசை நடைபெறும். மீன்குளத்தி அம்மன் கோவிலில் ஐயப்பன் இருப்பதால் அத்தெய்வத்தை ஊர்வலமாகக் கொண்டு செல்-வார்கள். அப்பூசை ஐப்பசி மாதத்தில் வருகின்ற அமாவாசைக்கு அடுத்த நாள் நடைபெறும்.

கார்த்திகை

கார்த்திகை மாதம் முதல் தேதியில் இருந்து பன்னிரண்டாம் நாள் வரை பூசை-கள் நடைபெறும். இம்மாதத்தில் திருவாதிரை பூசையும், மண்டல விளக்குப் பூசை-யும் வெகு சிறப்பாக நடைபெறும்.

திருவாதிரை

அம்மன் கோயிலிருந்து நாகர் தேவதை கோயிலுக்கு ஊர்வலம் நடத்துவர். இப்பூசை 'வாத்தியார்' இனத்தவரே நடத்துவர். இரவு பன்னிரண்டு மணிக்கு தேவி யானைகளுடன் பஞ்ச வாத்தியமான கேளி, கொம்பு, சண்டை மேளம், தாயம்ப-கம் போன்றவை முழங்க ஊர்வலம் நடக்கும். அதிகாலையிலே நான்கு மணிக்கு தாழ்ந்த இனத்தைச் சார்ந்த 'சௌமர்' என்பவர் கதிர் குடை கொண்டு வருவார்கள்.

தலமரம்

மண்டல விளக்கு

காா்த்திகை மாதம் தொடங்கி மண்டல காலம் முடியும் வரை முதல் செவ்-வாய்க்கிழமை மண்டல விளக்கு பூசை நடைபெறும்.

தை

இம்மாதத்தில் நடைபெறும் விழாவினைக் கூட்டப் பூசை அல்லது பொங்கல் பூசை என்று கூறுவார்கள். தை மாதத்தில் முதல் வெள்ளியன்று பொங்கல் நடத்துவர். கோயிலில் கோலம் போட்ட பிறகு அகில் இலை வைத்து அதில் வெள்ள நைவேத்தியம் வைத்து பூசை செய்வார்கள். பூசை முடிந்து இலையை மடக்கி குடும்பத்தினர் வகை (தேசக்காரர்) அடிமைப்பணம் வைத்து கோயிலிலி-ருந்து பிரிந்து செல்வார்கள்.

மாசி

திருவிழா 9 நாட்கள் நடைபெறும். மாசிமாதம் அசுவதியில் கொடியேற்றம் நடைபெறும். முதல் ஐந்து நாள் கதகளி நடைபெறும். பின் ஆராட்டு நடைபெறும். ஒன்பதாம் நாள் கொடி இறக்கம் நடைபெறும். 150 வீடுகளில் இருந்து பள்ளி வேட்டை அன்று பறை எழுப்பி நெல் வாங்கி வருவர்.

பங்குனி

பங்குனி மாதம் முதல் வெள்ளிக்கிழமை அன்று பைரவனுக்கு பூசை நடைபெறும்.

பானா மகோஷம்

பானா மகோஷம் 12 வருடத்திற்கு ஒரு முறை நடைபெறும். அம்மன் தாரிகா வதம் செய்வது இவ்விழாவின் சிறப்பாகும்.

கோயில் அமைப்பு

நவீகரண கலசம் (கும்பாபிஷேகம்) நடத்துவது உண்டு. இவை நான்கு, ஐந்து ஜோதிடர்கள் சேர்ந்து தேவ பிரசன்னம் பார்த்துச் செய்வார்கள்.

இவ்வாறு மாதந்தோறும் பல வழிபாடுகள் செய்யப்பட்டு வருகின்றன.

நிறப்பற

கோயிலைச் சுற்றி வயல்கள் மிகுதியாகக் காணப்படுகின்றன. வயலில் நெல் அதிகமாக விளைய வேண்டும் என்றும், வயல்களானது சிறப்பாகவும், செழுமை-யாகவும் வளர வேண்டும் எனவும் வேண்டுவர். அவ்வாறு, நன்கு வளர்ந்தவுடன் அறுவடை முடிந்ததும் நெல் அளக்கின்ற நாழியினால் முதல் அறுவடை செய்த நெல்லை ஒரு படியினை அளந்து அதனை, தேவிக்கு முதலிலே படைப்பர்.

அடிப்பிரதட்சணை

அம்மனிடம் குடும்பத்தில் எந்தப் பிரச்சனைகள் ஏற்படாமல் இருக்கவும்;, செல்-வமானது தங்கள் வீட்டில் கொழிக்கவும், தங்களுக்கு தீமைகள் எவற்றாலும் ஏற்ப-டாமல் இருக்கவும், கோவிலைச் சுற்றி அடி தோறும் நடந்து வந்து தட்சணையைத் தேவிக்குத் தருவதாக வேண்டுவர். அவ்வாறு தீமைகளும்,பிரச்சினைகளும் நீங்கு-மாயின் கோவிலினைச் சுற்றியும் ஒவ்வொரு அடியும் நடந்து வந்து தட்சணையைத் தருவதே 'அடிப்பிரதட்சனை' என்று கூறப்படுகிறது.

வெடி

வெடி வழிபாடு கேரள கோயில்களில் நினைத்த காரியங்களிலும் நினைத்த செயல்களிலும் வெற்றி அடைந்தால் தேவிக்கு வெடி வைத்து நடத்தப்படும் வழி-பாடாகும்.

முட்டுக்கொடுத்தல்

தேங்காய் கொண்டு தலையினைச் சுற்றி இறைவன் முன் நின்று உடைப்பதற்கு முட்டுக்கொடுத்தல் ஆகும். இதற்குத் தேங்காய் உடைத்தால் எப்படி சிதறி விடுமோ அதுபோல நம்முடையோ துன்பங்கள் தேங்காய் உடைவது போல சிதறி விடும். துன்பங்கள் சில்லுச்சில்லாகப் போய்விடும் என்பர். முன்பெல்லாம் முட்டுக் கொடுத்-தல் என்பது இல்லை. பின்னாளில் இவை வந்தது.

மீன் குளத்தி அம்மன் கோயில்

துலாபாரம்

குழந்தை இல்லாதவர்கள் தங்களுக்கு குழந்தை கிடைத்த பின் அதன் எடை-யிலோ, தங்களுக்கு ஏற்பட்ட துன்பங்கள் எல்லாம் நீங்குமாயின் அக்குடும்பத்தில் உள்ள ஒருவர் எடையிலோ பொன், வெள்ளி, சர்க்கரை, பழம் இதில் ஏதாவது ஒன்றை எடைக்கு எடை தருவதாக வேண்டுவர். வெல்லம், தேங்காய், உரித்த-மட்டை என முடிந்தவர்களும், முடியாதவர்களும் இயன்ற அளவு இறைவனுக்குத் தருவர். வேண்டுதல்கள் நிறைவேறினால் சர்க்கரை, பழம் என பெரும்பாலும் வேண்டித் தருவர்.

இவ்வாறு, மீன் குளத்தி அம்மன் கோயிலில் அந்தப் பகுதி மக்கள், தமிழக மக்கள் வழிபடும் கோயிலாக இருக்கின்றது. கேரளக் கோயில் வழிபாட்டு முறை-களையும், சடங்குகளையும் அறிய முடிகிறது. தமிழக கோயிலைப் போல கேரள கோயில்கள் சிறந்து விளங்கியுள்ளமை அறிய முடிகிறது.

7

சங்க இலக்கியத்தில் தாமரை

சங்க இலக்கியங்கள் பண்பாட்டு கருவூலகமாகத் திகழ்கின்றன. தாம் வாழுகின்ற மரபினை நிலமாகக் குறிப்பிட்டு வாழ்ந்தனர். இதில் பலவகையான மலர்கள் பயன்-படுத்தப்பட்டுள்ளன. பூக்களில் நீர்ப்பூ, நிலப்பூ, கோட்டுப்பூ, கொடிப்பூ என பல்-வகை மலர்களைக் காணமுடிகிறது. அவற்றில் நீரிலே மலரக் கூடிய தாமரை மலரினைப் பற்றி இக்கட்டுரை காண முற்படுகிறது. முகை, மொட்டு, போது, மலர், வீ, செம்மல் என்னும் பல்வேறு பெயர்கள் மலரின் பல்வேறு நிலைகளை உணர்த்-துவனாகும். மகளிர் உறுப்பு நலன் வருணிக்கும் கவிஞர்கள் 'தாமரைபோன்றமுகம்' என்று மலர்களை மங்கையருடன் ஒப்பிட்டுள்ளமையை இலக்கியத்தில் காணமுடி-கிறது.

தாமரை பண்டைய இந்திய புராணங்களிலும், பழங்கால இந்திய மருந்து வகைகளிலும் மிகப் போற்றப்படுகின்ற இடத்தைப் பெற்றுள்ளது. தாமரை மலரை இறைவனுக்குரிய ஆசனமாக புராணங்கள் சித்தரிக்கின்றன. மருதநிலமானது தரைப்பகுதியில் உள்ள விளைநிலங்களை உள்ளடக்கியது. மா மற்றும் தாமரைச் செடிகள் அதிகம் கொண்டநிலமாகும். தாமரை இந்தியாவின் தேசியமலராகும். இதனுடைய அறிவியல் பெயர் நெலும்போ நூசிபேரா. தாமரை மிகப் போற்றக்கூ-டிய இடத்தைப் பெற்றுள்ளது. தாமரைக் கொடி நீர்ப்பிடிப்பான பகுதிகளில் வளரக்-கூடியது. இது மருத நில வயல்களில் மிகுதியாக காணப்படுவதைச சங்க இலக்கி-யங்கள் சான்று பகிர்கின்றன.

மருதநிலப் பகுதியில் பரத்தையிற் பிரிந்துசென்றதலைவனைக் கூறுகின்ற இடத்-தில்,

"சுடர்ப் பூந் தாமரைநீர் முதிர் பழனத்து"

(அகம்:6:16)

"நாயுடை முது நீர்க்; கலித்ததாமரை"

(அகம்.16:1)

இவற்றில் நெருப்பு எழுந்தாற் போன்ற தாமரைப் பூக்கள் பூத்திருக்கும். நீர் மிக்க வயற்பரப்பில் அழகிய உள்துளை பொருந்திய வள்ளையினது மெல்லிய கொடிகளைப் பற்றி எடுத்துக் காட்டப்படுகிறது. பொதுவாக, தாமரை மலர்களை நிலத்தின் அடிப்படையில் பிரித்துக் கொண்டு பாடியிருக்கின்றமையை அறியமுடி-கிறது.

"முள் தாள சுடர்த் தாமரை"

என்று மதுரைக்காஞ்சியிலும்,

"தாழை, தளவம், முள் தாள் தாமரை"

என்று குறிஞ்சிப்பாட்டிலும் குறிப்பிட்டுள்ளமையைக் காணலாம். தாமரையின் மலர், கொடி, இதழ், இலை, தேன், கிழங்கு, வண்ணம், வடிவம், மணம், தூய்மை, இயல்பு அனைத்தும் சங்ககாலப் புலவர்களால் பாடப்பெற்றுள்ளன. உயர்திணைப் பயன்பாட்டில் தாமரை மலர் கண்களுக்கு உவமையாகக் கூறப்படுவதும்,

"பூப்போல உண்கண்"(குறுந்.101)

"மலருண்கண்"(பரி.8:16)

"இதழ் மழைக்கண்"(அகம்:224)

மேலும், மருதநிலத் தலைவனின் ஊரின் வளமைத்தன்மையைப் பற்றி,

"அம் தூம்புவள்ளைமயக்கி,தாமரை

வண்டு ஊது பனிமலர் ஆகும் ஊர!"

(அகம்.46:5-6)

என்ற நன்முல்லையாh பாடல்;, வண்டுகள் ஊதுகின்ற தாமரையின் மலரின் தேனை வயிறார உண்ணுகின்றமையை விளக்குகின்றது.

பெண் தெய்வங்களுடன் தாமரைமலர் தொடர்புடன் குறிக்கப்படுகிறது. பெண்-ணைக் குறிப்பிடுகின்ற குறியீடாகவே தாமரைக் காணப்படுகிறது.

"முகந்தாமரைமுறுவலாம்பல்கண் னீல

மிகந்தார் விரல் காந்தளென்றென் - றுகந்தியைந்த

மாழைமாவடிற்காநீழல் வருந்தாதே

யேழைதான் சொல்லுமினிதே"

(திணை. நூற். — 72)

சங்க இலக்கியத்தின் காலத்தை அடுத்து வந்த நீதிநூற் காலத்தில் கூட மலர்-களைப் பெண்களின் உறுப்புகளுக்கு ஒப்பிட்டுக் காட்டியுள்ளமையைக் காணமு-டிகிறது. இப்பாடலில் தாமரை மலரை முகத்திற்கும், ஆம்பல் மலரைப் பற்கள் அமைந்துள்ள வாய்க்கும், நீலமலர்களை கண்களுக்கும், காந்தள் மலர்களை கை

விரல்களுக்கும் உவமை ஆக்கிக் காட்டியுள்ளனர்.

தாமரைமலர் கண்களுக்கு உவமையாகக் கூறப்பட்டுள்ளது. அவற்றை பல் இதழ் என்ற பெயரில் பயன்படுத்தியுள்ளதை,

"பல்இதழ் மழைக்கண்"

என்பதன் மூலமாக அறிய முடிகிறது.

பதிற்றுப்பத்து பாணர்கள் பொன்னால் செய்யப் பெற்ற தாமரையைச் சூடிச் சென்றமையை விளக்குகிறது. இயற்கையை செயற்கையுடன் ஒப்பிட்டு வருணிக்-கின்றமையை, தாமரைமலர் தங்கத்தில், வெள்ளியில் ஒத்துள்ளமையைப் பாடிய-தைப் பொருநராற்றுப்படையிலும்,

"பைம் பொன் தாமரைபாணர்ச் சூட்டி

ஒள் நுதல் விறலியர்க்குஆரம் பூட்டி"

(பொரு.159)

பொற்றாமரையைச் செய்கின்ற வழக்கமும் பரிசாக வழங்குகின்ற வழக்கமும் இருந்துள்ளதைப் பதிவுசெய்துள்ளது. இதனால் அம்மக்களின் வாழ்க்கை, வாழ்வில் தாமரை பெற்றுள்ள இடத்தினை உணரமுடிகிறது.

இப்பாடலில் மலருக்கு மலர் உவமையாக்கப்பட்டுள்ளது. திரண்ட தண்டையு-டைய ஆம்பல் விடியலில் தாமரை போன்று மலருகின்ற ஊரன். இதில் இரண்டு மலர்களும் மாலையில் அரும்பி மாலையில் மலரும் மலர்கள். இதனை ஐங்குநூறு,

"கன்னிவிடியல்,கணைக்கால் ஆம்பல்

தாமரைபோலமலரும் ஊர!"

(ஐங்.68)

இவற்றில் மலரின் சிறப்பானது உணர்த்தப்படுகிறது. காலம், இயல்பு என்பவை ஒப்பிடப்பட்டு அதன் வாயிலாக உள்ளுறையும் உணர்த்தப்படுகிறது. சிறப்பற்ற ஆம்பல் மலர் சிறப்புடைய 'தாமரை' மலர்ப்போல மலரும் என்பது கற்புச் சிறப்பற்ற பரத்தை, சிறப்புடைய தலைமகள் போல விளங்கித் தருக்கம் கொள்கிறாள் என்பது உள்ளுறையாகக் குறிப்பிடப்படுவதனை அறியமுடிகிறது.

முதுகண்ணன் சாத்தனார்,

"சேற்றுவளர் தாமரையயந்தஒண் கேழ்

நூற்று இதழ் அலரின் நிரைகண்டன்ன,

வேற்றுமை இல்லாவிழுத் திணைப் பிறந்து,

வீற்றிருந்தோரையெண்ணும்காலை,

உரையும் பாட்டும் உடையோர் சிலரே

மரை இலைபோலமாய்ந்திசினோர் பலரே"

இப்பாடலில் தாமரை வளரிடம், பல இதழ்கள், இலை பற்றி சுட்டப்படுகின்றன. சேற்றில் வளரும் கொடி, நூறு இதழ்களைக் கொண்ட மலர் என்றவற்றில் தாம-

ரையின் இலைகளைப் போல பயன்படாது இறந்தோர் பலராவர். இவ்வாறு பயன்-
படாதவாறு பிறக்கக் கூடாது. பிறந்தால் பயன்படுமாறு இருக்கவேண்டும் என்ற
தத்துவம் குறிப்பிடப்படுகிறது.

கலித்தொகைப் பாடலில்,

கதிர்விரிகனைசுடர்க் கவின் கொண்டநனஞ்சாரல்

எதிரெதிர் ஓங்கியமால் வரைஅடுத்தத்து

அதிர் இசைஅருவிதன் அம்சினைமிசைவீழ

முதிர்இணர் ஊழ்கொண்டமுழுவுத்தணர் எரிவேங்கை,

வரிநுதல் எழில் வேழம்பூ நீர்மேல் சொரிதர

புரிநெகிழ் தாமரைமலர் அம் எண் வீறுளய்தி

திருநயந்து இருந்தன்ன·············

வரிபடர்ந்த மத்தகத்தினை உடைய அழகிய யானைகள் மலரும் நீருமாகக்
கலந்து நீரை முகந்து மேலே சொரியா நின்றன. அந்நீர் கீழே வீழ்தலால் முறுக்கு
அவிழ்ந்தன தாமரை மலர்கள். அழகிய தாமரையின் அழகிய அல்லியிடத்தே
வீறுபெற்றுத் திருமகள் விருப்புடன் குடிகொண்டிருந்ததனை ஒத்திருந்தது. இக்காட்-
சியினை கபிலர் உவமிக்கின்றமையை அறியமுடிகிறது.

"நீசெலின்,தெண் நீர்ப்

போதுஅவிழ் தாமரைஅன்னநின்

காதல்அம் புதல்வன் அழும் இனிமுலைக்கே"

தாமரையின் வாழ்வு நீரின் மீது இருப்பதுபோல உன்மகன் மகம் உன்மனைவி-
யின் மீது இருக்கிறது. அன்றி உன் காதலின் மீது இல்லை எனத் தோழி குறிப்பி-
டுவதனைஅறிய முடிகிறது.

"வாள் அவிழ்ந்த

முள் தாள் தாமரைத் துஞ்சிவைகறைத்

கள்கமழ் நெய்தல் ஊதிஎல்படக்

கண்போல் மலர்ந்தகாமருசுனைமலர்

அம்சிறைவண்டுன் அரிக் கணம் ஒலிக்கும்"

திருமுருகாற்றுப்படைப் பாடலில் தொட்டு உணரும்மாறு உள்ளசிறு, சிறுமுள்ளு-
டைத் தண்டில் மலர்ந்த தரையில் பகல் நேரத்தில் தேன் உண்ண வந்த வண்டு
இரவு நேரப் புறக்குளிருக்கு மாறாக வெதுவெதுப்பான வெப்பத்தைத் தன்னகத்தே
பொதிந்துவைத்துள்ள தரையினுள் இரவுநேரத்தில் தங்கி இருந்து விட்டு மகிழ்வு-
டன் காலையில் தாமரை மலரும் போது வண்டு பறந்து செல்கின்றது என்பதை
இப்பாடல் விளக்குகின்றது. தாமரை போன்று புறத்தில் குளிர்ச்சியும், அகத்தே
சிறுவெப்பமும் கொண்டவளாகத் தலைவி இருக்கிறாhள்.

"செறுவிழ் பூத்தசேயிதழ் செந்தாமரை"

என்று காட்சிப்படுத்தப்படுகிறது. இருவகையான தாமரைகள் பற்றிப் பேசு-
கின்றன. செந்தாமரை குருகிற்கும், வெண் தாமரை மகளிரது முகத்திற்கும்
உவமையாக்கப்படுகிறது.

"அறுசில் காலஅஞ்சிறைத் தும்பி
நூற்றிதழ்த் தாமரைபூச்சினைசீக்கும்
காம்புகண் டன்ன தூம்புடைவேழத்து...."

(ஐங்குநூறு)

இரவில் தாமரையின் உள்ளே தங்கிச் செல்லும் வண்டுகள் கால்களில் மகரந்-
தத் துகள்களை ஒட்டிச் செல்வதும், பிறமலர்களுள் அவை எடுத்துச் செல்லப்-
படுவதும், சுட்டப்பட்டுள்ளது. புலவர் தற்குறிப்பேற்றமாகத் தலைவனுடைய பரத்-
தமையைக் குறிப்பிடுகிறார். இது அயல் மகரந்தச் சேர்க்கையின் நுட்பத்தை
அறிந்திருந்தமையை வெளிப்படுத்துகிறது.

இவ்வாறாக, சங்ககால வாழ்வில் தாமரை மலரின் பயன்பாட்டினை, சங்கப்
புலவர்களின் பாடல்களினைக் கொண்டு அறியலாகிறது. இவை ஒழுகலாறுகளை
மக்களுக்கு எடுத்துரைக்கின்றமையை அறிய உதவுகின்றன.

அடிக்குறிப்புகள்:

1. சங்க இலக்கியத் தொகுப்புகள் - நியூ செஞ்சுரி புக்ஹவுஸ்
41ஃபி சிட்கோ இன்டஸ்ட்ரியல் எஸ்டேட்
அம்பத்தூர், சென்னை-98
இரண்டாம் பதிப்பு-2004இரண்டாம் பதிப்பு - 2004.

2. நற்றணை - புலவர் மாணிக்கனார்(உரையாசிரியர்)
வர்த்தமானன் பதிப்பகம்
ஏ.ஆர்.ஆர்.காம்பளக்ஸ்
141,உஸ்மான் சாலை,
தியாகராய நகர், சென்னை-17

3. பரிபாடல் - புலவர் மாணிக்கனார்(உரையாசிரியர்)
வர்த்தமானன் பதிப்பகம்
ஏ.ஆர்.ஆர்.காம்பளக்ஸ்
141,உஸ்மான் சாலை,
தியாகராய நகர், சென்னை-17

4. அகநானூறு - புலவர் மாணிக்கனார்(உரையாசிரியர்)
வர்த்தமானன் பதிப்பகம்
ஏ.ஆர்.ஆர்.காம்பளக்ஸ்
141,உஸ்மான் சாலை,
தியாகராய நகர், சென்னை-17

5.ஐங்குறுநூறு - புலவர் மாணிக்கனார்(உரையாசிரியர்)
வர்த்தமானன் பதிப்பகம்
ஏ.ஆர்.ஆர்.காம்பளக்ஸ்
141,உஸ்மான் சாலை,
தியாகராய நகர், சென்னை-17

8

இலக்கியத்தில் பசி

பசி என்பது எல்லா உயிர்களுக்கும் பொதுவான ஒன்றாகும். பசியால் ஏற்படும் துன்பத்தினை சங்க இலக்கியங்களில் பேசப்படுகின்றன. அக்கால மக்களின் வாழ்க்கையினை எடுத்தியம்புகின்றன. அவற்றில் வறுமைநிலை பெரும்பாலும் இடம்பெற்றுள்ளது.

அந்தணர், புலவர், பாணர், விறலியர், கூத்தர் என்பவர்களையே பரிசிலர் என்-றும் இரவலர் என்றும் கூறுவதை நாம் அறிய முடிகிறது. இவர்கள் மன்னனைப் பாடி புகழ்ந்து பரிசிலினைப் பெற்றதால் இரவலர் என்று அழைக்கப்படுகின்றனர். புலவர்கள் தங்களுடைய கலைத்திறனை அறிந்தவர்களிடத்திலே சென்று தங்க-ளுக்குப் பொருளைக் கேட்டுப் பெற்றிருக்கிறார்கள்.

'வரிசைக்கு வருந்து மிப் பரிசில் வாழ்க்கை'

என்று புலவர் குறிப்பிடுவதிலிருந்து வரிசையறிந்து கேட்கும் வழக்கத்தினைப் பெற்றிருக்கிறார்கள்.

"ஒருதிசை ஒருவனை யுள்ளி நாற்றிசைப்

பலரும் வருவர் பரிசின் மாக்கள்

வரிசை யறிதலோ அரிதே."

என்ற இப்பாடலில் கபிலர் மலையான் திருமுடிக்காரிக்கு சொல்கிறார்.

வறுமைச்சூழல்;;;;

பரிசில் கடாநிலைத் துறையினவாய்க் காட்டப்பட்ட பல பாடல்களில் (புறம்136, 139, 158, 160, 164, 210, 211, 266) புலவர்களின் வறுமை நிலை வெளிப்ப-டையாக எடுத்துக் காட்டப்பட்டுள்ளது.

பேன் பகை, பசிப்பகை, ஆறலை போர்ப்பகை எனும் மூன்றைத் துறையூர் ஓடைக்கிழார் குறிப்பிட்டுள்ளார். (புறம்136)

நூல் போன்று நரைத்த தலையுடன் கோல் கொண்டு நடக்கும் தாயும், பல சிறு, பிள்ளைகள் பிசைந்து பாலுண்டதால் உலர்ந்த முலையையுடையவளாய், குப்பை வேளளயை உப்பின்றி வேக வைத்துத் தின்னும் மனைவியும் மனம் மகிழப் பரிசில் நல்கு(159) எனப் புலவரொருவர் பாடிய பாடலில் வறுமையை அறியமுடிகிறது.

உணவு இல்லாமையால் வாடிய என் மனைவியின் பாலில்லாத முலையைச் சுவைத்துப்; பால் பெறாதவனாய்க் கூழும், சோறும் வேண்டி உள்ளே ஒன்றும் இல்லாத பாத்திரத்தை திறந்து பார்த்து அழுதலால் புலியைக் கூப்பிட்டு அச்சுறுத்தியும் நிலவைக் காட்டியும் அழுகையைத் தணிய வைக்கும் அவளின் துயரம் தீரப் பரிசில் போடு (புறம்.160) எனவும் பெருஞ்சித்திரனார் தன் வறுமைச் சூழலைக் குமணனிடம் எடுத்துரைத்து பரிசில் வேண்டுகிறார்.

இவ்வாறே பெருங்குன்றூர்க் கிழாரும் சமைத்தல் செயல் நடைபெறாத நிலையைப் பற்றி, அடுப்பில் காளான் பூத்திருப்பதை எடுத்துரைக்கிறார்.

"கசிவுற்ற என்பல்கிளையொடு"- (136)

"விறலியரும் வாழ்தல் வேண்டிப் பொய் கூறேன்" — (134)

பாணரின் சுற்றம் பற்றிக் கூறப்பட்டுள்ளன. இவை பாணரின் வறுமை நிலையைக் காட்டும் பாடல்களாய் உள்ளன. வரிசை அறிதல் எனும் செயலால் புறக்கணிக்கப்பட்ட புலவர்களின் குரல்களாய் இவை உள்ளன.

எல்லா உயிருக்கும் பசி என்பது பொதுவான ஒன்றாகும். வள்ளலார் செடியொன்று வாடியிருப்பதைப் பார்த்து

"வாடிய பயிரைக் கண்டபோதெல்லாம் வாடினேன்"

என்று கூறுகிறார். தாவரங்களுக்கு தண்ணீர் உணவாகிறது. அதே போல மனிதனுக்கும்,

"துப்பார்க்குத் துப்பாய துப்பாக்கித் துப்பார்க்குத்

துப்பாய தூஉம் மழை"

என்று திருக்குறள் பறை சாற்றுகின்றது.

சிறுபாணாற்றுப்படையின் மற்றொரு பக்கம் பாணர் குடும்பத்தின் வறுமை. வறுமை பற்றிய பாடல் காணப்படுகிறது.

"புனிற்று நாய் குரைக்கும் புல்லென அட்டில்

காழ் சோர் முதுசுவர்க் கணச்சிதல் அரித்த

பூழி பூத்த புழல்கா எாம்பி

உல்கு பசி உழந்த ஒடுங்கு நுண் மருங்கில்

வளக்கை கிணை மகள் வள் உகிர்க் குறைந்த

குப்பை வேளை உப்பு இலி வெந்ததை

மடவோர் காட்சி நாணிக்கடை அடைத்து

இரும்பேர் ஒக்கலொடு ஒருங்கு உடன் மிசையும்

அழி பசி வருத்தம் வீட்"

தங்களின் வறுமை பிறருக்கு தெரிந்து விடக்கூடாது என்பதற்காக கதவை அடைக்கின்றதை காணமுடிகிறது. வறுமை நிலையிலும் பிறரிடம் கை ஏந்துகின்ற நிலை இல்லாமையைக் காணமுடிகிறது.

மாவிலங்கை என்னும் நகரம். இதுவரை ஆட்சி செய்த மன்னர்களுள் நல்லி-யல்புகள் பல பெற்றவன் நல்லியக்கோடன். ஓவியர் குடியில் பிறந்தவன். காட்டு மயிலுக்கு கலிங்கம் நல்கிய பேகன். முல்லைக்குத் தேர் கொடுத்த பாரி. குதி-ரையை பரிசாகத் தந்த காரி. ஆலமர் செல்வனாகிய இறைவனுக்கே கொடை கொடுத்த ஆய,; நெல்லிக்கனி தந்த அதியமான். ஒளிவு மறைவின்றி வாரி வழங்-கிய நள்ளி தன் நாட்டையே பரிசாக வழங்கிய வல்வில் ஓரி. இவ்வாறு ஏழு வள்ளல்கள் பெருமையை நல்லியக்கோடன் ஒருவனே தாங்கியிருப்பதை சிறுபா-ணாற்றுப்படையில் காணமுடிகிறது.

பகுத்தல் முறை

"ஒருதிசை ஒருவனை உள்ளி நாற்றிசை

பலரும் வருவர்

வாழ்க்கை என்பது வாழ்பவனுக்கு மட்டுமில்லாமல் பிறருக்கும் பயனுள்ளதாக வாழவேண்டும் என்பதையே குறிக்கிறது. நெல் அதனுள் பால் முற்றிய அரிசியைப் பெற்றிருந்தால் தான் அதனைப் பயனுடையது என்போம்

பயனில்சொல் பாராட்டு வானை மகன்எனல்

மக்கட் பதடி எனல்

;திருவள்ளுவர் பயனற்று வாழ்பவரை மக்களுள் பதடி என்று கூறுகிறார். உண்டு உறங்கிக் கிடப்பவர் வாழ்நாளை வீணே கழிப்பர். அப்படி கழியும் நாளைப் "பதடி வைகல்" என்று குறிக்கிறது.

"நின்னயந்து உறைநர்க்கும் நீ நயந்து உறைநர்க்கும்

பன்மாண் கற்பின் கிளை முதலோர்க்கும்

இடும்பின் கடும்பசி தீர யாழநின்

நெடுங்குறி எதிர்ப்பை நல்கி யோர்க்கும்

இன்னோர்க் கென்னாது என்னொடும் சூழாது

வல்லாங்கு வாழ்தும் என்னாது நீயும்

எல்லோர்க்கும் கொடுமதி மனைகிழ வோயே"

(புறநானூறு.163)

என்று கூறுகிறார். இது குமணன் கொடுத்த செல்வம். இதனை வேண்டிய எல்லோர்க்கும் கொடு என்னைக் கேட்டுக் கொடுக்க வேண்டுமென்பதில்லை. நீயே கொடு என்று கூறுவதாக உள்ளது. இதுவே மனித நேயம்

"கூருகிர்ப் பருந்தின் ஏறுகுறித்து ஒர்இத்
தன்னகம் புக்க குறுநடைப் புறவின்
தபுதி அஞ்சிச் சீரை புக்க
வரையா ஈகை உரவோன் மருக"

என்ற பாடலில் புறா ஒன்றைக் காப்பாற்ற அதற்கு நிகராக தன் சதையை அரிந்து கொண்ட சிபிச் சக்ரவர்த்தி பற்றி அறியமுடிகிறது. வறுமைநிலை பொறுத்த வரை அன்றைய சமூகம் ஒன்றாக நினைத்தமை அறியமுடிகிறது.

துணைநூற்பட்டியல்

1. அகநானூறு - செயபால்.இரா (உ.ஆ)
நியூ செஞ்சுரி புத்தக நிலையம்,
சென்னை.
நான்காம் பதிப்பு,அக்டோபர் 2011

2. பரிபாடல் - சுப்பிரமணியன்.பெ.(உ.ஆ)
நியூ செஞ்சுரி புத்தக நிலையம்,
சென்னை.
நான்காம் பதிப்பு,அக்டோபர் 2011

3. புறநானூறு - பாலசுப்பிரமணியம் கு.வெ.(உ.ஆ)
நியூ செஞ்சுரி புத்தக நிலையம்,
சென்னை.
நான்காம் பதிப்பு,அக்டோபர் 2011

4. பத்துப்பாட்டு - மோகன்.இரா(உ.ஆ)
நியூ செஞ்சுரி புத்தக நிலையம்,
சென்னை.
நான்காம் பதிப்பு,அக்டோபர் 2011

5. கலித்தொகை - விசுவநாதன். அ.(உ.ஆ)
நியூ செஞ்சுரி புத்தக நிலையம்,
சென்னை.
நான்காம் பதிப்பு,அக்டோபர் 2011

9

திருக்குறளில் மனித நேயச் சிந்தனைகள்

மனித நேயம் என்பது எல்லா உயிர்களிடத்தும் அன்பு செலுத்துவதாகும். மனிதனிட-டம் பிற உயிர்களை நேசிக்கும் பண்பு குறைந்து வருகிறது. அக்காலத்தில் வாழ்ந்த வள்ளலார், "வாடிய பயிரைக் கண்டபோதெல்லாம் வாடினேன்" என்று வாடியி-ருக்கும் பயிரின் துன்பத்தைக் கூறியிருக்கிறார்.

"அன்பும் அறனும் உடைத்தாயின் இல்வாழ்க்கை
பண்பும் பயனும் அது" (குறள்.45)

அன்பு உடையவர்களின் வாழ்க்கை இன்பமாக இருக்கும் என்கிறார். ஒரு குடும்பத்தில் அன்போடு வாழ்க்கை நடைபெறுமேயானால், அக்குடும்பத்தில் பிரச்-சனைகள் குறைவாகத் தோன்றும். இன்றைய சூழலில் குடும்பங்களில் நடைபெ-றுகின்ற சிக்கல்களுக்கு அடிப்படை மகிழ்ச்சியின்மையே. மற்றவர்களிடம் மகிழ்ச்-சியைப் பரிமாறும் போது மனிதநேயம் மேலோங்கும். வாழ்க்கையை வாழ வேண்-டுமெனில் மனிதனின் பண்புகள் வெளிப்பட வேண்டும். அப்பண்புகள் வாழ்க்கை நடத்துவதற்கு நம்மை உயர்த்திச் செல்லும். நம்மைச் சார்ந்தவர்களிடமும் பண்-போடு நடப்பதற்கு அன்பு அடிப்படையாக உள்ளமையை இக்குறட்பாவின் வழி அறிய முடிகிறது.

மனித நேயம் என்பது உயிரிரக்கப் பண்புகளைச் சார்ந்ததாகும். எந்தவுயிருக்கும் துன்பம் தராமல் இருப்பதாகும். இதனை, வள்ளுவர்

"அன்பின் வழியது உயிர்நிலை அஃதிலார்க்கு
என்புதோல் போர்த்த உடம்பு"

என்று மனிதநேயம் ஈராயிரம் ஆண்டுகளுக்கு முன்பே, தன்னலமற்றது எனக் கூறப்பட்டுள்ளது. இன்றைய சூழலில் மனிதநேயம் அழிந்து கொண்டிருக்கும் நிலை

உருவாகியுள்ளது. மனிதநேயம், விட்டுக் கொடுக்கும் பண்பை உருவாக்கும். எல்லா உயிர்களும் அன்பின் வழியாகச் செல்லும் என்பதை அறியமுடிகிறது. இன்றுள்ளது போல தனக்குக் கிடைக்காத எவையும் பிறருக்கும் கிடைக்கக் கூடாது என்கிற நிலை ஊன்றுகோலாகிவிட்டது.

பிறருக்குத் துன்பம் நேரும்போது அவற்றைப் பார்த்துச் செல்லும் மனப்பாங்கு தோன்றிவிட்டது. அச்சமயத்தில் துன்பத்தை போக்குவதே மனிதநேயம் என்பதை உணர இன்றைய தலைமுறை மறுக்கிறது.

"தெய்வம் தொழாஅள் கொழுநன் தொழுவாள்
பெய்யெனப் பெய்யும் மழை"(குறள்::55)

இக்குறட்பாவில் குறிப்பிடுவது தெய்வமாகக் காணுகின்ற நோக்கதை அல்ல. அன்பினையே செலுத்தும் நிலையினைக்; கூறுகிறார். கணவனிடம் அன்பாக இருந்தால் வீட்டில் மகிழ்ச்சி கரை புரண்டோடும். ஒரு குடும்பத்திற்கு மட்டும் மகிழ்ச்சி இல்லாமல் சமுதாயத்திற்கு பொதுவாகும். அன்பே மனிதநேயத்தின் முக்-கியத்துவமாகக் கருதப்பட்டுள்ளது.

பெறுவதற்கரிய உடலையும், உயிரையும் பெற்றுள்ளோம். அவற்றை நாம் புரிந்து வாழ வேண்டுமென்பதை,

அன்போடு இயைந்த வழக்கென்ப ஆருயிர்க்கு
என்போடு இயைந்த தொடர்பு"(குறள்:73)

எல்லா உயிர்களின் மீதும் அன்பு செலுத்தவேண்டும். இதுவே இவ்வாழ்வின் குறிக்கோளாகும்.

எல்லோருக்கும் பொதுவாக சொந்தமாக இருப்பது அன்பு ஆகும். இந்த நிலை மனித தன்மையை உயர்த்துகிறது. அன்பு மனிதனை மேம்படுத்துகிறது.

"அன்பிலார் எல்லாந் தமக்குரியர் அன்புடையார்
என்பும் உரியர் பிறர்க்கு"(குறள்:72)

அன்பு இல்லாதவர்கள் எல்லாப் பொருள்களையும் சொந்தமாகக் கருதுவர். அன்புடையவர் தம் பொருளல்லாமல் எல்லாவற்றையும் பிறருக்கு உரிமையாக்கும் நேயத்தின் சிறப்பை அறியலாம்.

பிறருடைய உணர்வுகளை மதித்தல் வேண்டுமென்பதை,

"இன்சொல் இனிதூஉன்றல் காண்பான் எவன்கொலோ
வன்சொல் வழங்கு வது? (குறள்:99)

இக்குறட்பாவில் இனிய சொற்கள் இன்பம் பயக்கின்றமையைக் கண்டு பயன்ப-டுத்தவேண்டும், அவற்றிற்கு மாறான வன்சொற்களை வழங்குவது பயனில்லையா-கும்.

அறத்தினால் கிடைக்கும் வாழ்க்கைக்கு அன்பு அடிப்படை. அன்பு இல்லாத இடங்களில் நேயம் மறைந்து போகிறது. மனித நேயத்தில் அன்பு என்ற நேயச்சிந்-

தனை ஆக்கத்திற்கு அடிப்படையாகத் திகழ்கிறது. மனிதனில் மக்கட்பண்புகளில் அன்பும், நேயஉணர்வும், உயிர்களிடத்தில் இரக்கம் என்ற பென்நோக்கு சிந்தனை- யைக் கொண்டுள்ளது.

"அருள்என்னும் அன்புஈன் குழவி பொருள்என்னும்

செல்வச் செவிலியால் உண்டு"(குறள்.757)

அருள் என்னும் அன்பினால் பெறப்பட்ட குழந்தை, பொருள் என்னும் செல்- வமுள்ள செவிலித்தாயால் வளர்வதாகும். அன்பும்,அருளுமே ஜீவகாருண்யத்தைப் போற்றுவதற்கான வழிமுறைகள் ஆகும். மற்றவர்களை நேசிக்கும் பண்பே நம்மை மனிதனிலிருந்து தளராமல் அடையாளப்படுத்தப்படுகிறது. மற்றவர்களின் துன்பங்- களை தனதாக்கிக் கொள்ளும் பக்குவம் ஒருவனிடத்தில் தோன்ற வேண்டும்.

"ஒத்தது அறிவான் உயிர்வாழ்வான் மற்றையான்

செத்தாருள் வைக்கப் படும்"(குறள்:214)

உலக நடைகளை அறிந்து வாழ்பவனே உயிர் வாழ்கின்றவன் ஆவான். உலக நடையை அறியாதவன் செத்தவருக்கு ஒத்தாவான் எனக் கூறப்படுகிறது.

அறிவுடையவர்கள் மானம், ஒழுக்கம் போன்ற செயல்களுக்கு அஞ்சி வாழு- கின்ற தன்மை பெற்றிருத்தல் வேண்டும். அத்தகைய பண்புடையவராய் வாழ்தல் வேண்டும். இதனை,

"அஞ்சுவது அஞ்சாமை பேதைமை அஞ்சுவது

அஞ்சல் அறிவார் தொழில்"(குறள்:428)

அறிவில்லாதவர்கள் அஞ்சக் கூடியதற்கு அஞ்சமாட்டார்கள். அறிவுடையவர்- கள் அஞ்சவேண்டிய பழி, பாவத்தைக் கண்டு அஞ்சுவதை அறிய முடிகிறது.

ஒருவர் நட்பு முகமலரும்படி இருக்கக்கூடாது. நண்பர்கள் எந்தத் தவறு செய்- தாலும், கண்டிக்க வேண்டும். அதனையே சிறந்த நட்பென,

"நகுதல் பொருட்டுஅன்று நட்டல் மிகுதிக்கண்

மேற்சென்று இடித்தற் பொருட்டு"(குறள்.79)

இவற்றில் சிரித்து மகிழ்வதற்காக நட்புச் செய்தல் நட்பன்று. நண்பர் தவறு செய்யும் பொழுது கடிந்து அறிவுரை கூறுவதற்காகவே ஆகும். பிறருக்கு ஏற்படும் பழி, தன் பழியாக என்று மதிக்கப்படுகிறதோ அன்றே மனிதநேயம் ஓங்கும்.

இவை போன்ற பண்புகள் மனித உள்ளத்தில் ஓங்குதல் வேண்டும். மற்றவர்க- ளிடம் குறைகளைக் காணக் காண, நட்புக் குறைந்து போகும். அதனால் அவர்- களிடம் இருக்கும் நல்ல பண்புகளை காண வேண்டுமென்பதை,

"அல்லவை தேய அறம்பெருகும் நல்லவை

நாடி இனிய சொலின்"(குறள்:96)

பிறருக்கு நன்மையானவற்றை தெரிந்து இனிமையான சொற்களைச் சொல்லின் பாவங்கள் தேய்த்து குறைய அறம் வளர்ந்து பெருகுமென்பதை அறியமுடிகிறது.

இன்றைய சூழலில் மனிதநேயம் குறைந்து காணப்படுகிற நிலையில், திருக்கு-றள் மனித நேயப் பண்பினைப் போற்றியுள்ளதைக் காணமுடிகிறது.

"உடுக்கை இழந்தவன் கைபோல" என்ற குறட்பாவில் மனிதநேயம் துன்பம் நேரும்போது ஒருவருக்கு உதவும் பாங்கு அறியவேண்டும். ஆனால், இன்று வேடிக்கை பார்க்கும் பண்பும், நமக்கு எந்த துன்பமும் நேரக்கூடாது என்ற உள்ளமுமே தோன்றியுள்ளமையைக் காணமுடிகிறது.

"ஈன்றாள் பசிகாண்பான் ஆயினும் செய்யற்க

சான்றோர் பழிக்கும் வினை"(குறள்.656)

தன்னைப் பெற்ற தாயின் பசியைக் கண்டு வருந்த நேர்ந்தாலும், சான்றோர் பழிப்பதற்குக் காரணமான இழிவுற்ற செயலைச் செய்யக்கூடாது என்கிறார்.

இதில் 'அறத்தான் வருவதே இன்பம்' என்று கூறுகிறார். அறமில்லாத வழியில் பொருளைச் சேர்க்கக் கூடாது. அறமற்ற வழியில் பொருள் சேர்த்தல் தவறு. அவ்-வாறு ஒருவன் ஈட்டக்கூடிய பொருளானது நிலைக்காது. தன் குடும்பத்திற்காக மற்-றவர்களை ஏமாற்றி பொருள் சேர்த்தல் பாவத்தைச் சேர்ப்பதாகும்.

"அல்லற்பட்டு ஆற்றாது அழுதகண் ணீர்அன்றே

செல்வத்தைத் தேய்க்கும் படை"(குறள்:555)

முறையாக செல்வத்தைத் தேய்த்து அழிக்கவல்ல படை, அவனால் பலர் துன்-பப்பட்டு, துன்பம் பொறுக்க முடியாமல் அழுத கண்ணீர் அன்றோ என்று கூறுகி-றார்.

நட்பு கொள்வது வெறும் சிரித்து மகிழ்வதற்கு என்று கொள்வது தவறாகும். அவருக்கு துன்பம் நேரும் போது உதவுவதோ மனிதநேயமாகும். இதனை,

"நகுதல் பொருட்டன்று நட்டல் மிகுதிக்கண்

மேற்சென்று இடித்தல் பொருட்டு" (குறள்:784)

நட்பு செய்வது ஒருவரோடு ஒருவர் சிரித்து மகிழும் பொருட்டு அன்று, நண்பர் நெறி கடந்து செல்லும் போது முற்பட்டுச் சென்று இடித்துரைப்பதாகும்.

மனதளவில் கூட பொய் கூறுவது தவறாகக் கருதப்பட்டது. அவ்வாறு கூறி-னால் அவனுடைய மனமே வருத்துவது. ஒருவருக்கு மனதளவில் கெடுதல் நினைக்கக் கூடாது.

"தன்நெஞ்சு அறிவது பொய்யற்க பொய்த்தபின்

தன்நெஞ்சே தன்னைச் சுடும்"(குறள்.293)

ஒருவன் தன்நெஞ்சு அறிவதாகிய ஒன்றினைக் குறித்துப் பொய் சொல்லக் கூடாது. பொய் சொன்னால் அதைக் குறித்து தன் நெஞ்சமே வருத்தும் என அறி-யமுடிகிறது.

நல்லநெறியில் நின்றவர் நல்ல நிலையினை அடையலாம். தன் ஐம்புலன்களை அடக்கி வாழ்ந்தால் உயர்ந்த நிலையினை அடையலாம். ஒழுக்கமான வாழ்வினை

நாம் அடையமுடியும்.

"பொறிவாயில் ஐந்தவித்தான் பொய்தீர் ஒழுக்க

நெறிநின்றார் நீடுவாழ் வார்"

ஐம்பொறி வாயிலாகப் பிறக்கும் வேட்கைகளை அவித்த இறைவனுடைய பொய்யற்ற ஒழுக்கநெறியில் நின்றவர் நிலை பெற்ற வாழ்க்கை வாழ்வார்.

இவ்வுலகில் எல்லா உயிர்களும் பிறப்பு தன்மையால் ஒன்றுபடுகிறது. அவற்றின் தன்மையினால் வேறுபடுகின்றன. செய்கின்ற தொழிலினால் வேறுபடுகின்றன. எல்லாரும் ஓர் குலம் எல்லாரும் ஓர் இனம் என்ற பண்பினை வள்ளுவர்,

"பிறப்புஒக்கும் எல்லா உயிர்க்கும் சிறப்புஒவ்வா

செய்தொழில் வேற்றுமை யான்"(குறள்:972)

எல்லா உயிர்க்கும் பிறப்பு ஒரு தன்மையானதே. ஆயினும் செய்கின்ற தொழில்களின் உயர்வு தாழ்வு வேறுபாடுகளால் சிறப்பியல்பு ஒத்திருப்பதில்லை என்று குறிப்பிடுவதனை அறிய முடிகிறது.

மனித நேயம் பிரிவுகளால் பலப்படுவதில்லை, உறவுகளாலும், ஒற்றுமையினா-லும், பண்பினாலும், இரக்கத்தாலும், சிந்தனையிலும் பலப்படுகின்றமையை உணர-முடிகிறது. மனித நேயச் சிந்தனை ஓங்கி உயர வேண்டுமென்ற சிந்தனை புலப்ப-டுகிறது.

10

சங்க இலக்கியத்தில் முருக வழிபாடு

சமுதாய மேம்பாடு அடைய சமய வழிபாடுகள் வழிகாட்டுகின்றன. முன்னோர் வழிபாட்டு முறைகளை வகுத்துள்ளனர். சங்க இலக்கியங்களில் காணப்படுகின்ற இயற்கை வழிபாடுகளே முன்னோர் வழிபாட்டின் தொடக்கமாகும். முற்காலத்தில் தமிழ்க் கடவுளாய் முருகனை வழிபட்டனர். முருகவழிபாட்டினை வேலன் வெறி-யாட்டுச் செய்தி மூலம் அறியலாம். ஐந்து வகை தமிழர் திணைகளுள் முதன்மை-யானது குறிஞ்சித்திணை. திணை என்றால் பெருநிலம். மலையும் மலை சாhந்த இடமும் குறிஞ்சி எனப்படும். சங்க இலக்கியத்தில் சேயோன் அல்லது கொற்றவை செல்வன் என்று குறிப்பிடப்படுகிறது. காதல் ஏற்பட்ட தலைவியின் உடல் மாற்-றத்தினைக் கண்டு வேலன் வெறியாட்டு நிகழ்த்தப்படுகிறது. இதில் பத்துப்பாட்டு நூலான திருமுருகாற்றுப்படையும், பரிபாடலில் ஆறுபாடல்களும் முருகனைப் பற்-றியே சிறப்பாக உணர்த்துகின்றன.

முருகன் வழிபாடு பற்றிஅ கநானூறு குறிப்பிடும் போது,

"சூர்மருங்குஅறுத்தசுடர் இலைநெடுவேல்

சினம்மிகுவேந்தன் தண்பரங்குன்றத்து" (அகம்.59)

என்ற பாடலில் முருகன் தெய்வப் பண்புகளையன்றி வீரப்பண்பு உடையவனா-கத் திகழ்ந்திருக்கிரான். தமது பகைவனாகிய சூரபதுமனை அழிக்க சுடருகின்ற முனையுடைய நெடிய வேலினை உடையவன் மிகுந்த சினமுடையவன் முருகன். அச்சினம் தணிந்து அவன் அருள் தன்மை பொருந்தியவனாக தட்பம் வாய்ந்த வீடுகளில் ஒன்றான திருப்பரங்குன்றம் பற்றியதில் தெரியவருகிறது.

"புரிக்கணத் தன்ன நாய்தொடர் விட்டு

முருகன் அன்ன சீற்றத்து கருத்தியல்"(அகம்.69)

இவற்றில் ஒலியையொத்தக் கடுஞ்சீற்றத்துடனும் பகைவரை எதிர்க்கும் முரு-கனின் வலிமையை எடுத்துரைக்கின்றன. குறிஞ்சி நிலத்தெய்வம் முருகன். மக்கள் தோன்றிய இடமும் வாழ்வும் தொடங்கிய இடமுமாகக் கருதப்பெறும். மலையை முருகன் இடமாகக் கொண்டான். முருகனின் வேல் போருக்குக் கருவியாகவும், சேவல் கொடியாகவும் விளங்குகிறது. தமிழில் திராவிடத் தெய்வமாக முருகன் காட்டப்படுகிறான். தமிழ் இலக்கியங்களில் முருக வழிபாடு முறையாகிய வெறி-யாட்டு மிகப் பழமை வாய்ந்ததாகும். அவற்றில் கூட்டு வழிபாடு தோன்றியதை அறியலாம். கடவுட் கோட்பாட்டில் முதலில் முருக வழிபாடே தோன்றியது. வேலன் வெறியாடல். இது ஓர் இனக்குழு வழிபாட்டு முறை. தொடக்க நிலையில் உரு-வங்கள் வைத்து வழிபட்டதாக சான்று இல்லை. வேல் வைத்தே முருகனை வழி-பட்டனர்.

முருகன் பெயர்கள்

முருகு என்னும் சொல் 9 பொருள் தரும் என நிகண்டு பாடல் குறிப்பிடப்-படுகிறது.

1. கள்

2. இளமை

3. நாற்றம்(நறுமணம்)

4. முருகவேள்

5. முருகவேளுக்கு எடுக்கும் வெறி விழா

6. வனப்பு

7. வனப்பியல்

8. காதல் வீர எழுச்சி

9. மேனிப் பொன்னிறம்

சங்க இலக்கியங்களில் 9 இடங்களில் முருகன் எனச் சுட்டப்படுகிறது.

"உவப்பல் தேர் இளையோன் சிறுவன்

முருகற்சீற்றத்து உருகெழு குருசில்"

(பொருநர்.131-132)

"முருகன் தாள் தொழு தன் பரங்குன்று"(பரி.8-81)

"முருகன் நற்போர் நெடுவேள் ஆவி"(அகம்.1-3)

"சினம் மிகு முருகன் தன் பரங்குன்றத்து"(அகம்.59:4)

"முருகன் ஆர் அணங்கு என்றலின்"(அகம்.98:10)

"முருகன் அன்ன"(அகம்158:16)

இப்பாடலில் முருகன் என்ற சொல்லானது சங்க இலக்கிய நூல்களில் இடம்-பெற்றுள்ளமையை அறியமுடிகிறது.

சங்க காலத்தில் முருகன் கோயில் கொண்டிருந்த இடங்களைப் பற்றிய பல குறிப்புகள் சங்க இலக்கியங்களில் இடம் பெற்றுள்ளன. கடம்ப மரத்தடியில் வீற்றிருந்ததை,

"••••••••புகழ் பூத்தகடம்ப மர்ந்து
அருமுளி மரபின் ஆன்றவர் நுகர்ச்சியின்
இந்நிலத்தோடும் இயைகெனக் கீத்தநின்
தண்பரங்குன்றத்து"(பரி.19)

என்ற பரிபாடலில் உணரமுடிகிறது. குறிஞ்சி நில மக்கள் தம் பண்டைய மரபு முறையிலேயே வழிபாடு செய்து வந்தனர். இலக்கியங்களில் முருகக் கடவுளைப் பற்றி எழுந்த பழமையான நீண்ட முதல் தனிப்பாட்டு திருமுருகாற்றுப்படையாகும். திருமுருகாற்றுப்படை சுட்டும் முருகன் கோயில்கள் பல அமைந்துள்ளன. முருகன் குறித்து பல கருத்துக்கள் நிலவி வருவதைக் காணமுடிகிறது. "சேயோன் தான் முருகன், வேலன் என்று சுட்டப்படுகின்றான். இவை ஒரே தெய்வத்தின் வேறு பெயர்கள், நெடுங்காலத்திற்கு முன்பே இஃது ஏற்றுக் கொள்ளப்பட்டுவிட்டது. வடவர் தம் பண்பாட்டுக் கலப்பால் புதிய புராணங்கள் உருவாக்கப்பட்டு முருகன் ஆறுமுகனாகவும், கந்தனாகவும் புதிய பெயர்களைப் பெற்றான். தமிழ்த் தெய்வங்கள் தமிழ்த் தெய்வங்களுடனும் வேத கடவுள்களுடனும் உறவுமுறைப் படுத்தப்பட்டனர். தனித்தனி தமிழ்ப் பெண் தெய்வங்களாக இருந்த கொற்றவையையும், வள்ளியையும் முருகனுடன் முறையே தாயாகவும், மனைவியாகவும் இணைக்கப்பட்டதாக(மேற்.ஆறு. இராமநாதன், தமிழர் வழிபாட்டு மரபுகள், ப.201) என்று குறிப்பிடுவதைக் காணமுடிகிறது.

சேயோன் மேய காடுறை உலகம் என முருகன் சங்க இலக்கியங்களில் புகழப்பட்டுள்ளமை நோக்கத்தக்கதாகும். "முருகு என்பதன் பொருள் தெய்வத்தன்மை கொண்டதாகும். அது முருகக்கடவுளுக்கு ஆகுபெயராகும் என மதுரைக்காஞ்சி உரையில் நச்சினார்க்கினியர் கூறுகிறார்.

"வெண்மலைப் புணரி அலைக்கும்
செந்தில் நெடுவேள்"(புறம்.55)

கடல் அலைகள் வந்து மோதுகின்ற மதில் சுவர் சூழ்ந்த செந்தில் கோயிலில் வீற்றிருக்கும் முருகப்பெருமான்

"படியோர்த் தேய்த்த பல்புகழ் தடக்கை
நெடுவேள்"(அகம்.22)

பகைவரை அழித்த வலிமை மிக்க கரங்களை உடைய நெடுவேலாகிய முருகன்,

"முருகன் சீற்றத்து உருகெழு குரிசில்"(பொருந.181)

"மறுவில் கற்பில் வாள்நுதல் கணவன்"

"ஆல்கெழு கடவுள் புதல்வன்"

"கொற்றவை சிறுவன்"

"இழையணி சிறப்பில் பழையோன் குழவி"

என்றெல்லாம் புகழப்படுகிறான்.

"மணிநிற மஞ்ஞை ஓங்கிப் புட்கொடிப்

பணிமுகம் ஊர்ந்த வெல்போர் இறைவ"(பரி.17)

"கால் கிளர்ந்தன்ன வேழ மேல் கொண்டு"(திருமுருகாற்றுப்படை:82)

சேவற்கொடி ஏந்தியவன். மயில், பிணிமுகம் என்னும் யானை இவற்றை ஊர்-தியாக உடையவன் முருகப்பெருமான் எனப் பரிபாடல் முருகனில் வாகனங்களை எடுத்துரைப்பதை அறியமுடிகிறது.

தோற்றம்

முருகப்பெருமான் ஒப்பற்ற ஆறுதலைகளையும் பன்னிரண்டு தோள்களையும் தன்னகத்தே ஒருங்கே பெற்றுள்ளதைப் பரிபாடல் 5ஆம் பாடலில் காணமுடிகிறது. தன் கைகளில் மறி, மயில், வில், மரம், வாள், ஈட்டி, கோடரி, மழுவு, கனலி, மாலை, மணி ஆகியவற்றை கொண்டுள்ளான். முருக வணக்கத்தின் தோற்-றம் குறித்து, "உணவை உற்பத்தி செய்யும் காலகட்டத்திற்கு முன் உணவைச் சேகரிக்கும் வாழ்க்கை முறையில் இயற்கை அனைவருக்கும் பொதுச் சொத்தாக இருந்தது. வேட்டையாடிச் சாப்பிடும் வாழ்க்கையில் வேட்டைப் பொருள்களை தேடி அலைவதே வாழ்க்கையாயிற்று. இந்த வாழ்க்கைக்கு ஓரிடத்தில் நிரந்தரமாக இருக்க வேண்டிய அவசியம் இல்லை அல்லவா? குழுக்குழுவாக வேட்டையாடும் இன்னொரு குழுவோடு மோத வேண்டிய சூழ்நிலை ஏற்படுத்தப்பட்டது. தாய் வழிச் சமூகத்தின் ஒவ்வொரு இனக்குழுவிற்கும் இடையே போர் ஏற்பட்ட போது இனக்-குழுவிலே யார் வீரனோ அவனை நோக்கில் தலைமை நகர்ந்தது. உயர்ந்த வீரன், அழகன், ஆற்றல்மிக்க தலைவன் தான் முருகன்" என்று ச. செந்தில்நாதன் குறிப்பிடுவதை அறியமுடிகிறது.

வெறியாட்டயர்தல்

தமிழரின் வழிபாட்டு முறையில் மிகவும் பழமையானது வெறியாட்டு என்பதா-கும். மனிதன் மேல் தெய்வம் ஏறி வருவதாகும். சங்க காலத்தில் முருகனோடு தொடர்புடையதாக வெறியாடல் நிகழ்ந்தது. முருகனுக்குரிய வேலை ஏந்தி ஆடி-யோன் வேலன் எனவும், வேலன் வெறியாடல் என்று அகப்பாடல் குறிப்பிடுகின்-றது.

தொல்காப்பியர் காலத்திற்கு முன்பே வெறிபாட்டு பெருவழக்காயிருந்தது. அவற்றை,

"வெறியறி சிறப்பின் வெவ்வாய் வேலன்

வெறியாட் டயர்ந்தே காந்தளும்"(தொல்.60)

துன்பம் எல்லாவற்றிற்கும் முருகனே காரணம் என்று கூறுவது வேலனுடைய இயல்பு. 'வெறிப்பத்து' என்று ஐங்குறுநூற்றில் காணப்படுகிறது.

முருகனின் பிறப்பு

சங்க இலக்கியத்தில் பரிபாடலில் மட்டுமே முருகனின் பிறப்பு காணப்படுகிறது. சிவபெருமான் உமையுடன் உறவு கொண்ட போது அவரது விந்து விழுந்து ஆறு பொறிகளாக விழுந்து இந்திரனின் முயற்சியினால் ஆறு முனிவர்களின் உயிர் நிலையில் சென்று கலந்து அவர்களுடைய ஆறு மனைவிகளில் கருவில் தங்கியது. ஆறு தாமரை மலர்களில் வைத்து இமயமலையில் இருந்த தடாகத்தில் கொண்டு போய் வைத்தார்கள் என்பதை,

"நெடும்பெருஞ் சிமையத்து நீலப் பைஞ்சுனை

ஐவருள் ஒருவன் அங்கை ஏற்ப

அறுவர் பயந்த ஆறமர் செல்வ!" (முருகு.253-255)

இமயமலையில் நீலம் பூத்திருக்கும் சுனையாகிய சரவணப் பொய்கையில் ஐவருள் ஒருவராகிய வருணன் தன் உள்ளங்கையில் ஏற்றுக்கொள்ள முருகன் பிறந்தான்.

படைவீடுகளின் சிறப்புகள்

முருகனுக்குரிய படைவீடுகள் ஆறாகும். சங்க நூல்களில் படைவீடு என்று குறிக்கின்ற கருத்தாக்கமானது காணப்படவில்லை. முருகப்பெருமானின் படைவீடு- களளான திருப்பரங்குன்றம், திருச்செந்தூர், திருவாவினன்குடி, திருவேரகம், குன்று- தோறாடல், பழமுதிர்ச்சோலை ஆகியவை திகழ்கின்றன.

"ஒன்னாதார்க் கடந்து அடூஉம்

உரவுநீர் மா கொன்ற" (கலி.27)

இப்பாடலில் திருப்பரங்குன்றத்தில் முருகப்பெருமான் சூரபதுமனை அழித்த செய்தி குறிப்பிடப்பட்டுள்ளதை அறிய முடிகிறது.

முருகனது அறுபடைவீடுகளுள் இரண்டாம் படைவீடாக விளங்கும் திருச்சீரா- லைவாய் எனப் பெயர் பெறும் திருச்செந்தூரின் சிறப்பைப் புறநானூற்றுப் பாடலில் காணமுடிகிறது.

"வெண்தலைப் புணரி அலைக்கும் செந்தில்"

(புறம்.55)

வெண்மையான மேற்பரப்பினையுடைய அலைகள் திரியும் திருச்செந்தூர் எனச் சிறப்பிக்கப்படுகிறது. இப்பாடலில் செந்தில் என்ற பெயரானது முருகன் உறையும் திருச்செந்தூரையும், முருகனையும் குறிக்குமாறு அமைந்திருக்கிறது.

முருகக் கடவுளின் ஆறுபடைவீடுகளுள் ஒன்றாக அமைவது பழனிமலை ஆகும். பழனிமலை பற்றிய குறிப்புகள் புறம்.158 பாடலில் காணப்படுகின்றது. திரு- வாவினன்குடி என்று திருப்புகழ் குறிப்பிடப்படுகிறது. இலக்கியத்தில் நக்கீரர் ஆறு-

படை வீடுகளையும் ஒன்றாக எண்ணும் முறையைக் குறிப்பிட்டு அமைத்துள்ளார். திருமுருகாற்றுப்படையில் நான்காவதாக திருவேரகத்தைப் (சுவாமி மலை) பாடியி-ருக்கிறார். சுவாமிமலையில் பிராமணர்கள் வழிபடுவதை,

"இருமூன்று எய்திய இயல்பினின் வழாஅது

இருவாச் சுட்டிய பல்வேறு தொல்குடி

அறுநான்கு இரட்டி இளமை நல்லியாண்டு

•••••••••••••••••••••••••••••••••••.

•••••••••••••••••••••••••••••••••••"

இவற்றில் அந்தணர்கள் உலராத ஆடையுடன் வழிபட்டமையை அறியமுடிகி-றது.

முருகன் தலையில் கடம்பின் கண்ணியும், காந்தள் கண்ணியும் சூடுவான் என்-பதை,

"கார் நறுங் கடம்பின் கண்ணி சூடி "(நற்றிணை 34:8)

"பெருந்தண் கண்ணி மிலைந்த செ ன்னியன்"(முருகு.44)

என்ற பாடல் வரிகளால் அறியமுடிகிறது.

துணைநூற்பட்டியல்

1. அகநானூறு - செயபால்.இரா (உ.ஆ)

நியூ செஞ்சுரி புத்தக நிலையம்,

சென்னை.

நான்காம் பதிப்பு,அக்டோபர் 2011

2. பரிபாடல் - சுப்பிரமணியன்.பெ.(உ.ஆ)

நியூ செஞ்சுரி புத்தக நிலையம்,

சென்னை.

நான்காம் பதிப்பு,அக்டோபர் 2011

3. புறநானூறு - பாலசுப்பிரமணியம் கு.வெ.(உ.ஆ)

நியூ செஞ்சுரி புத்தக நிலையம்,

சென்னை.

நான்காம் பதிப்பு,அக்டோபர் 2011

4. பத்துப்பாட்டு - மோகன்.இரா(உ.ஆ)

நியூ செஞ்சுரி புத்தக நிலையம்,

சென்னை.

நான்காம் பதிப்பு,அக்டோபர் 2011

5. கலித்தொகை - விசுவநாதன். அ.(உ.ஆ)

நியூ செஞ்சுரி புத்தக நிலையம்,

சென்னை.

நான்காம் பதிப்பு,அக்டோபர் 2011
6. முருகன் வணக்கத்தின் மறுபக்கம் - ச.செந்தில் நாதன்
சந்தியா பதிப்பகம்,
சென்னை.மு.ப.2011